நிறமற்ற வானவில்

கிழக்கு பதிப்பக வெளியீடுகளாக சுஜாதாவின் புத்தகங்கள்

மீண்டும் ஜீனோ
நிறமற்ற வானவில்
நில்லுங்கள் ராஜாவே
தீண்டும் இன்பம்
ஆஸ்டின் இல்லம்
அனிதாவின் காதல்கள்
நைலான் கயிறு
24 ரூபாய் தீவு
அனிதா இளம் மனைவி
கொலை அரங்கம்
கமிஷனருக்கு கடிதம்
அப்ஸரா
பாரதி இருந்த வீடு
மெரீனா
ஆர்யபட்டா
என் இனிய இயந்திரா
காயத்ரி
ப்ரியா
தங்க முடிச்சு
எதையும் ஒருமுறை
ஊஞ்சல்
ஓரிரவில் ஒரு ரயிலில்
மீண்டும் ஒரு குற்றம்
விக்ரம்
நில், கவனி, தாக்கு!
வாய்மையே சில சமயம் வெல்லும்
ஆ...!
வசந்த காலக் குற்றங்கள்
சிவந்த கைகள்
ஒரே ஒரு துரோகம்
இன்னும் ஒரு பெண்
6961
ஜோதி
மாயா
ரோஜா
ஓடாதே
மேற்கே ஒரு குற்றம்
விபரீதக் கோட்பாடு
ஐந்தாவது அத்தியாயம்
மலை மாளிகை
விடிவதற்குள் வா
மூன்று நாள் சொர்க்கம்
பத்து செகண்ட் முத்தம்
கம்ப்யூட்டர் கிராமம்
இளமையில் கொல்
மேகத்தை துரத்தியவன்
ஒரு நடுப்பகல் மரணம்
நகரம்
இதன் பெயரும் கொலை
மண்மகன்
தப்பித்தால் தப்பில்லை
விழுந்த நட்சத்திரம்
முதல் நாடகம்
ஆட்டக்காரன்
ஜன்னல் மலர்
என்றாவது ஒரு நாள்
வைரங்கள்
மேலும் ஒரு குற்றம்
சொர்க்கத் தீவு
கனவுத் தொழிற்சாலை
ஆயிரத்தில் இருவர்
பதினாலு நாட்கள்
உள்ளம் துறந்தவன்
பிரிவோம் சந்திப்போம்
கரையெல்லாம் செண்பகப்பூ
இரண்டாவது காதல் கதை
நிர்வாண நகரம்
குருபிரசாதின் கடைசி தினம்
இருள் வரும் நேரம்
திசை கண்டேன் வான் கண்டேன்
ஆழ்வார்கள் - ஓர் எளிய அறிமுகம்
தேடாதே
விருப்பமில்லாத் திருப்பங்கள்
விரும்பிச் சொன்ன பொய்கள்
கை
ஆதலினால் காதல் செய்வீர்
நூற்றாண்டின் இறுதியில் சில சிந்தனைகள்
அப்பா, அன்புள்ள அப்பா
மிஸ். தமிழ்த்தாயே, நமஸ்காரம்!
சிறு சிறுகதைகள்
வாரம் ஒரு பாசுரம்
வானத்தில் ஒரு மௌனத்தாரகை
கடவுள் வந்திருந்தார்
அனுமதி
ஓலைப் பட்டாசு
சேகர், சிங்கமய்யங்கார் பேரன்
கம்ப்யூட்டரே ஒரு கதை சொல்லு
டாக்டர் நரேந்திரனின் வினோத வழக்கு
நிஜத்தைத் தேடி
பாதி ராஜ்யம்
சில வித்தியாசங்கள்

நிறமற்ற வானவில்

சுஜாதா

கிழக்கு

நிறமற்ற வானவில்
Niramatra Vanavil
by Sujatha
Sujatha Rangarajan ©

Kizhakku First Edition: December 2009
208 Pages
Printed in India.

ISBN: 978-81-8493-376-5
Title No. Kizhakku 452

Kizhakku Pathippagam
177/103, First Floor,
Ambal's Building, Lloyds Road,
Royapettah, Chennai 600 014.
Ph: +91-44-4200-9603
Email : support@nhm.in
Website : www.nhm.in

Cover Image : Shutterstock
Backcover Image : Srihari

Kizhakku Pathippagam is an imprint of New Horizon Media Private Limited

This book is sold subject to the condition that it shall not, by way of trade or otherwise, be lent, resold, hired out, or otherwise circulated without the publisher's prior written consent in any form of binding or cover other than that in which it is published and without a similar condition including this the rights under copyright reserved above, no part of this publication may be reproduced, stored in or introduced into a retrieval system, or transmitted in any form or by any means (electronic, mechanical, photocopying, recording or otherwise), without the prior written permission of both the copyright owner and the above-mentioned publisher of this book.

ஆனந்த விகடனில் வெளிவந்து வாசகர்களின் மனத்தை ஈர்த்த உளவியல் தொடர்கதை.

முதல் அத்தியாயத்துக்கு முன்

'சஞ்சலா?'

'ஊஹூம்...'

'சந்திர காந்தா?'

'ஊஹூம்...'

கிருஷ்ணமூர்த்தி அந்தப் புத்தகத்தின் மற்ற பக்கங்களைப் புரட்டி 'அ... திஸ் இஸ் சூப்பர், புல் புல்?'

'சே!' என்றாள் கல்யாணி, 'எப்படித்தான் இந்த மாதிரிப் பெயர் எல்லாம் உங்களுக்குப் பிடித்திருக்கிறதோ...'

'பின் நீயே சொல்லு...'

'ஆண்டாள்ங்கிற பேருக்கு என்ன குறைவாம்?'

'இந்தப் பேர் கொடுத்ததற்காக இருபத்தோராம் நூற்றாண்டின் ஆரம்பத்தில் நம்மை நம் பெண் சபிப்பாள்.'

'இப்ப பழைய பெயர்கள் எல்லாம் மறுபடி ஃபாஷன்...'

'இருக்கலாம். ஆனால், ஆண்டாள் என்கிற பெயருக்கு விமோசனமே கிடையாது. என் பெண் ஆண்டாள் என்கிற பெயரில் பள்ளிக்கூடம் போகக் கூடாது. எங்கப்பாவுக்குத் திருப்பாவை பிடிக்கும் என்பதற்காக இவ வாழ்க்கைல எதுக்கு ஸஃபர் பண்ணணும்...'

'வித்யா?'

'நோ! கையில வீணை, வெள்ளைப் புடவை ஞாபகம் வருகிறது.'

'ரத்னஜ்யோதி...'

'கிளப் டான்ஸ் ஆடுகிற குட்டி நடிகை பெயர் மாதிரி இருக்கு.'

'தரங்கிணி - மணி அடிக்கிறாற் போல ஓசை கேக்கலையா?'

'இல்லை.'

'பைரவி...'

'கர்நாடக சங்கீதம் பாடப் போகிறாளா? வீட்டில் ஒரு ராகம் போதும். இறுதியில், 'எனக்கு ஒரு ஐடியா தோன்றுகிறது' என்றான் கிருஷ்ணமூர்த்தி.

'என்ன?'

'ஆண்டாள் என்கிற பேரே இருக்கட்டும்.'

'நீங்கள்தானே மாற்றச் சொன்னீர்கள்.'

'வேண்டாம்... ஷேக்ஸ்பியர் சொன்னது போல ரோஜாவை எப்படிக் கூப்பிட்டாலும் என்ன...'

'ரோஜா ஆ! ரோஜா... சூப்பர். ரோஜா! ரோஜா. நம் பெண் பேர் ரோஜான்னு மாத்திரலாம்.'

அப்போதுதான் நாமம் மாற்றப்பட்ட, ரோஜா எனப்படப்போகிற ஆண்டாள் உள்ளே வந்து, 'என்னப்பா, ரெண்டு மூணு பேரும் என்ன பேசிக்கிறீங்க ரொம்ப அசடாட்டம்?' என்றாள். மூன்றரை வயசுக்கு அதிகம். பெரியவர்கள் பேச்சுப் பேசுவாள் அத்தைப்பாட்டி மாதிரி.

'ஆண்டி கண்ணு, நாளைக்கு ஸ்கூல் போப்போறதானே...?' என்றான் கிருஷ்ணமூர்த்தி மழலையாக.

'கொஞ்சாதே, எனக்கு ஜொரம்' என்றாள்.

'அங்க உம் பேரு என்ன தெரியுமா... ரோஜா! எங்கே ரோஜான்னு கூப்ட்டா ஏன்னு கேளு.'

'அப்ப என் பேரு ஆண்டாள் இல்லையா?' என்றாள் குழப்பமாக.

'வீட்டில ஆண்டாள். பள்ளியில் ரோஜா. எனக்கே கன்ப்யூஸிங்கா இருக்கே' என்றாள் கல்யாணி.

'ஒரு கன்ப்யூஷனும் இல்லை. ஆண்டி கண்ணு, உம் பேரு இனிமே ஆண்டாள் ரோஜா கிருஷ்ணமூர்த்தி.'

ஆண்டாள் ஒரு மாதிரி தலையைச் சாய்த்து இருவரையும் பார்த்து, 'கன்ப்யூஸ்ப்பா' என்றாள்.

அவள் வயசுக்கு அந்த வார்த்தையின் அர்த்தம் தெரியாது. அப்பா அம்மா பேசிக்கொள்வதையெல்லாம் வரிவிடாமல் கேட்டிருந்து எதிர்பாராத கணங்களில் அவற்றைப் பிரயோகிப்பாள். 'உங்களுக்கு டப்ஸா' என்று அருகிலிருந்த கோத்தாரியிடம் (கிருஷ்ணமூர்த்தியின் மாமா) கேட்டாள்.

'அப்படீன்னா என்ன கண்ணு?'

'அப்பாதான் சொன்னார். உங்களுக்கு டப்ஸா! அப்டின்னா சாக்லெட்டா?'

'ஏம்பா கிருஷ்ணா, குழந்தை தூங்கினப்புறம் என் ஒண்ணரைக் கண்ணைப் பத்தி விமரிசனம் பண்ணக்கூடாதா?' என்று அவளை எடுத்து வாசனை பார்த்தார் மாமா.

'ரொம்ப சூட்டிகை, ரொம்ப சூட்டிகை, இது எங்கயோ போகப் போகிறது.'

'கம்ப்யூட்டர் வாசிக்க வைக்கப்போறேன் மாமா' என்றான் கிருஷ்ணமூர்த்தி. 'இப்பவே என் 'பிஸி'ல டிஸ்க் சொருகறா தெரியுமா...'

'வேண்டவே வேண்டாம். ஒரு வீட்டில் ஒரு கம்ப்யூட்டர் பைத்தியம் போதும்... இவள் டாக்டருக்குப் படிக்கட்டும். ஆண்டாள், நீ என்ன படிக்கப்போறே?'

'காமிக்ஸ்...'

'ஆண்டாள், தேர்தல்ல யார் நின்னா சொல்லு...'

'ஜெயலலிதா, கருணாநிதி, வி. பி. லால், எக்டே... அப்புறம் பஸ் ஸ்டாண்டு பிச்சைக்காரன்...'

‘பிச்சைக்காரன் எப்படிக் குறுக்க வந்தான்?’

‘அது எங்கயோ லாஜிக் தடம் புரண்டுடுத்து.’

எல்லோரும் தன்னைக் கவனிப்பதைக் கவனித்து ரோஜா எனப்படப்போகும் ஆண்டாள் ‘ஏக் தோ தீன்’ ஆடிக்காட்டினாள்.

‘இப்பவே பெட்ரூம் பார்வை’ என்றான் கிருஷ்ணமூர்த்தி.

‘இன்னஸண்டா இருக்கறப்ப எல்லாமே அழகாத்தான் இருக்கு...’

ஆண்டாள் கொட்டாவி விட்டாள். ‘குழந்தை கொட்டாவி விடறதைப் போல அழகு இல்லை’ என்று கிருஷ்ணமூர்த்தி அவளை அப்படியே அள்ளி அணைத்துக் கொண்டு முத்தம் கொடுக்க, அவள் அவன் கன்னத்தைச் சின்ன விரல்களால் தள்ளி ‘ஷேவ் பண்ணாம கிட்ட வராதீங்க’ என்றாள். கிருஷ்ணமூர்த்தியும் கல்யாணியும் குற்ற உணர்வுடன் ஒருவரையொருவர் பார்த்துக் கொள்ள...

‘மாணிக்க மொட்டு நுனியில் முளைக்கின்ற முத்துப் போல்னு பெரியாழ்வார் சொன்னாப்ல...’ என்று அதற்கு முத்தமழை பொழிந்தான்.

கோத்தாரி, ‘சரி, சரி... ரெண்டு பேருமே அதைச் செல்லம் கொடுத்துக் கெடுக்கப் போறீங்க. நாளைக்கு ஸ்கூலுக்கு இன்டர்வ்யூ, எல்லாம் படிச்சாச்சில்லே...’

‘எல்லாம் ரெடி. ஆண்டி கண்ணு... ஒன் டூ த்ரீ சொல்லு...’

‘ஒன் டூ த்ரீ... ஃபார்ட்டி ஃபைவ்.’

‘எல்லாமே கம்ப்யூட்டர் வேகம்.’

‘இன்டர்வ்யூ இவளுக்கு இல்லை கிருஷ்ணா, உங்க ரெண்டு பேருக்கும்...’

கிருஷ்ணமூர்த்திக்குத் தன் பெண்ணை அடிக்கடி பார்க்காமல் இருக்க முடியவில்லை. அதிகம் சிவப்பாக இல்லாவிட்டாலும் கண்களில் காந்த சக்தி... சின்ன உதடுகள்... கன்னத்தில் குழி விழும் சிரிப்பு... மெத்து மெத்தென்ற கை விரல்கள்... கொஞ்சம் ஒல்லி. புஷ்டி அதிகமில்லாமல் இருந்தாலும் சாப்பிட்டதெல்லாம் பேச்சிலேயே கரைந்து போய் விடுகிறது. பார்த்தவர்களை

மறுபடிப் பார்க்க வைக்கும் மோகனக் குழந்தை! தன் பெண் தன்னைப் போல புத்திசாலியாக இருப்பாள் என்று எதிர்பார்த்தான்.

அப்பா சொல்வார், அவன் சிறு வயதில் பிரபந்தத்தில் ஆயிரம் பாட்டு சொல்வானாம். அப்பா விநோதர். சைவராகப் பிறந்து விட்டு பிரபந்தத்தில் ஈடுபாடு. ஒரு வேளை வைணவத்தலத்தில் வாழ்ந்ததால் இருக்கலாமோ என்னவோ!

காஞ்சிபுரத்தை எப்படிச் சொல்வது? சைவம், வைணவம், ஜைனம் எல்லாமே இருக்கே... அப்பா இப்போது இருந்தால், இவளுக்கு அத்தனை பாசுரங்களையும் சொல்லிக் கொடுத்திருப் பார். போன வருஷம்தான் இறந்தார். போதுமடா சாமி என்று வினோபா பாவே போல, உயிர் வாழ, மூச்சு விட மறுத்து விட்டார். பத்து மாதத்தில் மறந்தாயிற்று.

இப்போ 'பாபா ப்ளாக் ஷீப்'புக்காக நாளை க்யூவில் போய் நிற்கப் போகிறோம்!

'முப்பத்தாறு குழந்தைகளைத்தான் எடுக்கிறார்களாம். ராத்திரியே க்யூவில் நிற்க ஆள் பிடித்து வைத்திருக்கிறேன். சேர் போட்டு வைத்திருப்பான்.'

'திஸ் இஸ் ரிடிக்யுலஸ் கோத்தாரி மாமா.'

'என்ன பண்றது... 'ப்ரைஸ் ஃபார் ப்ரைட்டு'னு சொல்வா. இந்தப் பொண்ணை கார்ப்பரேஷன் ஸ்கூல்ல போட்டாலும் நன்னாத் தான் படிக்கும். போடுவியா? நீ எங்க படிச்சே?'

'ஆர். என். அறக்கட்டளை எலிமெண்டரி ஸ்கூல்.'

'நீ எங்க படிச்ச கல்யாணி?'

'வீட்டிலேயே படிச்சா... ட்யூஷன் மாஸ்டர் வெச்சுண்டு.'

'இவரைவிட நல்லாத்தான் படிச்சேன்.'

'எஸ்.எஸ்.எல்.ஸியில் அம்மாதான் அப்பாவைவிட நிறைய மார்க்கு' என்றாள் ஆண்டாள்.

'இவளை வெச்சுண்டு எதுமே பேச முடியாது மாமா. அன்னிக்கு வீட்டுக்காரர் வந்திருக்காரர். 'பகல் கொள்ளை மாமா வந்திருக் கார்' என்கிறாள். அவருக்கு மூஞ்சி தக்காளிப் பழம் மாதிரி சிவந்து போய் 'அப்புறம் வரேன்'னு போய்ட்டார்.'

'ரொம்ப ஒட்டுக் கேக்கறது... சி.பி.ஐ-ல சேர்த்துரலாம்.'

'முதல்ல நர்ஸரில சேர்க்கலாம். அதுக்கு உண்டானதைப் பார்.'

'மாமா, இதுக்கப்புறம் ஒரு நல்ல 'ஸம்'முக்கு இன்ஷ்யூர் பண்ணிடறதா உத்தேசம். மாசம் அறுபது ரூபா கட்டினா போதும்... கல்யாணமாற சமயத்தில லம்ப் ஸம்மா...'

'ஏண்டா, இந்த மாதிரி பைத்தியக்கார ஸ்கீம்ல எல்லாம் மாட்டிக்கிறே? இவளுக்குக் கல்யாணம் பண்ற எதிர்காலத்தில் டௌரிங்கறது ஒரு கெட்ட வார்த்தையாயிடும்.'

'என்ன மாமா... இன்ஷ்யூரன்ஸ்ல நம்பிக்கை இல்லையா?'

'மனித குலத்தின் மகத்தான மோசடி இன்ஷ்யூரன்ஸ். அதைக் கண்டுபிடிச்சவனுக்கு நோபல் பரிசு கொடுக்கறதுக்குள்ள செத்துப் போய்ட்டான், இன்ஷ்யூர் பண்ணாம.'

'மாமா, என்னவெல்லாம் கேள்வி கேப்பாங்க?' என்றாள் கல்யாணி.

'பேர் கேப்பாங்க.'

'தெரியும்.'

'சம்பளம் கேப்பா...'

'ஒன் லாக் பெர் இயர். பார்ட்னர் இன் ஸாஃப்டெக் கம்ப்யூட்டர் கம்பெனின்னு.'

'கல்யாணி வேலைக்குப் போறாளான்னு கேப்பா.'

'இல்லை, வேளா வேளைக்குச் சமைச்சுண்டு ஸிம்பிள் இம்ப்ரிஸன்மெண்ட்டுன்னு சொல்றேன்.'

'அப்படியெல்லாம் உளறக்கூடாது... ஸீட் கெடைக்காது' என்றாள் ஆண்டாள்.

மூவரும் அந்த அதிசயப் பெண்ணை ஆச்சரியமாகப் பார்க்க... இந்தச் சந்தோஷமான, உன்னதமான, நேர்த்தியான கணத்தில் ஆண்டாள் இன்னமும் மூன்று நாள்தான் வாழப்போகிறாள் என்பதைச் சொல்ல மிகவும் வருத்தமாயிருக்கிறது.

அத்தியாயம் ஒன்று

'குணா, எம்.டி வந்தா நான் அரைநாள் லீவ்ல போயிருக்கேன்னு சொல்லு.' செக் புத்தகத்தைத் தன் பெட்டியிலிருந்து பிரித்து எடுத்து வைத்துக் கொண்டான் கிருஷ்ணமூர்த்தி.

'டாட்டர் அட்மிஷன்தானே சார்... பெஸ்ட் ஆஃப் லக்...'

'தாங்க்ஸ்.'

'பேர் என்ன?'

'ஆண்டாள் ரோஜா கிருஷ்ணமூர்த்தி.'

'நெர்வஸா இருக்கீங்க.'

'கிடைக்கிறது ரொம்ப கஷ்டம்னு சொல்றாங்க. உனக்கு யாரையாவது மினிஸ்டரைத் தெரியுமா குணா?'

குணா புன்னகைத்தாள். அவள் முழுப்பேர் குணவதி. கிறிஸ்டியன் என நினைத்தான். கேட்டதில்லை. சொந்த விஷயமாக ஸ்டாஃப் யாரையும் எதுவும் கேட்க மாட்டான். கிருஷ்ணமூர்த்திக்கு அக்கறையில்லை. அவன் ஆபீஸ் வந்தால் ஃபாக்ஸ் மெஷினும் டெலிபோனும் டெலக்ஸும் ஆப்ஜெக்ட் கோடும்தான். இன்ஷ்யூரன்ஸ் ஏஜெண்ட் சில ஃபாரம்களைக் கொடுத்து வைத்துவிட்டுப் பெருக்கல் குறி போட்டிருந்த இடங்களில் மட்டும் கையெழுத்துப் போட்டால் போதும் என்று குறிப்பு எழுதி வைத்திருந்தார். அகடாமியிலிருந்து தொடக்க

விழாவுக்கு அழைப்பு வந்திருந்தது. பீம்சென் ஜோஷியும் பால முரளியும் பாடுகிறார்களாம். எம்.டி. வந்தவுடன் கூப்பிடுவதற்குள் விலக வேண்டும். வெண்டிங் மெஷினில் ஒரு காபி, பேப்பர் கப்பில் ஊற்றிக்கொண்டு ஈ மெய்லில் ஏதாவது வந்திருக்கிறதா என்று பார்த்தான். ஃபாக்ஸ் செய்தி ஒன்று வந்திருந்தது. அமெரிக்காவிலிருந்து ப்ரமோத் என்று குறிப்பிட்டிருந்தான். 'காங்கிராட்ஸ். ஆர்டிஸி கான்ட்ராக்ட் சிக்கிவிட்டது. அடுத்த வாரம் யு.எஸ். வரவேண்டியிருக்கும். தவறாமல் எனக்குக் கொஞ்சம் கை முறுக்கு கொண்டுவா.'

'குணா, எம்.டி. வந்தப்புறம் இதை அவர்கிட்ட காட்டு. மொத்தம் மூணு மில்லியன் டாலர் கான்ட்ராக்ட்... கைமுறுக்கு... 'டியர் ப்ரமோத், இந்தச் சந்தோஷச் செய்திக்கு ஒரு கைமுறுக்குப் பண்ணுகிறவளையே அழைத்து வருகிறேன்' என்று எழுதி, 'இதை ப்ரமோத்துக்கு ஃபாக்ஸ் பண்ணிவிடு' என்றான்.

குணா, 'ட்ராவல் ஏஜெண்டிடம் சொல்ல வேண்டுமா?' என்றாள். அவள் அணிந்திருந்த ஸ்வெட்டருக்குள் மார்பகங்கள் நகர்ந்தது கவனக் கலைப்பாக இருந்தது.

'ஆமாம். தாய் ஏர்லைன்ஸில் புக் பண்ணச் சொல்லு. அது மாதிரி ஏர்ஹோஸ்டஸ்களை நான் பார்த்ததே இல்லை... அத்தனை பேரும் ஸில்க்.'

கல்யாணி கொடுத்த ப்ரெட் ஸ்லைஸ்களை அவசரமாகக் கடித்துவிட்டு பேப்பரில் கையைத் துடைத்துக்கொண்டு கணேசனைக் கூப்பிட்டு நாலு லெட்டர் டிக்டேட் செய்துவிட்டுக் கிளம்பிய போது எம்.டி-யை லிஃப்ட்டில் சந்தித்தான். 'எங்கே திருடன் போல நழுவுகிறாய்... வா' என்றார்.

'மத்யானம் பார்க்கிறேன். வி காட் தி கான்ட்ராக்ட்.'

'தெரியும். அடுத்த வாரம் அமெரிக்கா போக வேண்டும் நீ. இப்போது எங்கே போகிறாய்?'

'என் பொண்ணுக்கு ஸ்கூல் அட்மிஷன்.'

'எத்தனாவது?'

'நர்ஸரி.'

'திஸ் இஸ் ரிடிக்யுலஸ், குணாவை அனுப்பு...'

'இல்லை மணவாளன். உங்களுக்குத் தெரியாது.'

'என் பெண்ணுக்கு அட்மிஷன், அவளே போய் வாங்கிக் கொண்டாள்.'

'அது எப்போ?'

'நைன்டின் செவன்ட்டி எய்ட்.'

'அதிலிருந்து உலகம் கொஞ்சம் சிக்கலாகி வந்திருக்கிறது மணவாளன்.'

'சரி, எப்ப வருவே?'

'மத்தியானம்.'

'சின்ன விஷயத்துக்கெல்லாம் ஆபீஸைத் துறந்தால் அடுத்த ப்ரமோஷன் கிடையாது.'

'ரொம்ப தாங்க்ஸ் மணவாளன் சார்... கொடுக்காதீங்க...'

'தப்பிச்சுக்க முடியுமா... ஆல் த பெஸ்ட்! போய்ட்டு வா. ஒரு நாள் கல்யாணியை வீட்டுக்குக் கூட்டிட்டு வா. எப்பவோ பார்த்தது. உம் பொண்ணு ரொம்ப க்யூட்டா இருக்கறதா சம்சாரம் சொல்லிச்சு. நானும் வரணும் வரணும்னு பார்த்தா இந்த கால்ஃப் பைத்தியம் வுடமாட்டேங்குது நம்மளை...'

'வரட்டுமா மணவாளன்...'

கிருஷ்ணமூர்த்தி பள்ளிக்குச் சென்றபோது, 'ஏம்பா இவ்வளவு லேட்டா வரே?' என்று கேட்டாள் ஆண்டாள்.

அத்தியாயம் இரண்டு

கோத்தாரி மாமா மப்ளர் கட்டிக் கொண்டிருந்தார். 'கார்த்தாலையே வந்துட்டேனா... பனி' என்றார்.

'மாமா, நீங்களா க்யூவில் காத்திண்டிருந்தீங்க?'

'ஆமாம். வர்றதா சொன்ன ஆளு கடைசி நிமிஷத்துல காலை வாரிட்டான். அமெரிக்கா கான்ஸலேட் க்யூவில் சேர் போட வேண்டியிருந்ததாம். அங்க ராத்திரி ஒருமணிக்கே க்யூ தொடங்கிடறதாம்.'

'என்ன இப்படி லேட்டா வரீங்க?' என்றாள் கல்யாணி. குழந்தையை மோகனமாக அலங்கரித்திருந்தாள். மெல்லிய வெண் நீலத்தில் கவுன் போட்டு, தலைமுடியைச் சீராக வாரிவிட்டு, நெற்றியில் சின்னதாகப் பொட்டிட்டு, பொம்மை போல ஒரு விரலைப் பிடித்துக்கொண்டு நடந்து வந்தது. மற்ற குழந்தைகள் திகிலில் அலறிக்கொண்டிருக்க... இது...'ஸ்கூலே என்னுடையது' என்பது போலத் தலையை நிமிர்த்தி நடந்து வந்தது. 'உனக்கு நம்பர் முப்பத்தொண்ணு... நல்ல வேளை' என்றார் கோத்தாரி. 'கூட்னா நாலு வருது. எட்டுதான் டேஞ்சர்.'

'எனக்குத்தான் நெர்வஸா இருக்கு' என்றாள் கல்யாணி. அவளும் சிரத்தையாக அலங்காரம் பண்ணிக்கொண்டிருந்தாள். இந்த நிமிஷமே சூழ்நிலை பார்க்காமல் ஒரு முத்தம் கொடுக்க வேண்டும் போல இருந்தது கிருஷ்ணமூர்த்திக்கு.

'என்ன பார்க்கறீங்க?' என்றாள் அவன் மனத்தைப் படித்து.

'அப்புறம்!'

பள்ளியின் உள்ளே விஸ்தாரமான மைதானத்தைக் கடந்து, கொன்றை மரங்கள் ஒன்றையொன்று தொட்டுக்கொண்டு தொடர்ந்து நிழல் பண்ணி போனஸாக மலர் தூவியிருந்த பக்கவாட்டுப் பாதையை அடைந்து, நடந்து சென்றனர். எத்தனை பெண் குழந்தைகள்! எல்லோரும் நீல அரைப்பாவாடையும் கட்டம் கட்டமான சட்டையும் போட்டு வித்தியாசம் தெரியாமல் - அருகில் உள்ள ஃபாக்டரியில் உற்பத்தியானவர்கள் போலத் தோன்றினார்கள்.

கிட்டே பார்த்தால் இது கொஞ்சம் கறுப்பு... அது கொஞ்சம் குண்டு... இது கொஞ்சம் பல்... என்று தெரிந்தாலும், பொதுவாக அத்தனை குழந்தைகளிடமும் ஆங்கிலக் கல்வியின் தீட்டும், மேம்போக்குத்தனமும், சொகுசும் இருந்தன.

'ப்ரின்ஸிபல்' என்ற அறையின் அருகே நாலு பேருக்குத்தான் நாற்காலி போட்டிருக்க... நாற்பது பேர் காத்திருந்தார்கள், கல்யாணி நிற்பதைப் பற்றி ஒரு பெரியவர் கவலைப்பட்டு உட்காரச் சொன்னார். 'நீங்க உட்காருங்க தாத்தா' என்றாள். உடனே விரோதமானார்.

'என்ன ஒரு விதி பாரு! இந்த மாதிரி நான் என் வேலை இன்டர்வியூக்குக்கூடக் காத்திருந்ததில்லை...' என்றான். குழந்தை மூக்கை நோண்டுவதைக் கவனித்து கல்யாணி தட்டினாள்.

'நெக்ஸ்ட்' என்று உள்ளே குரல் கேட்டு, மணி கேட்டது. வெளியே வந்த பெண்மணி கைக்குட்டையால் கண்ணீரைத் துடைத்துக்கொண்டாள்.

'அபார்ஷன் ரூம் மாதிரி இருக்கு' என்றான் கிருஷ்ணமூர்த்தி.

'உஷ்... இரையாதீங்கோ...'

அவளருகில் வந்து காதில் 'உண்டா...' என்றான்.

'தத்!'

'ஐயா, கொஞ்சம் சத்தம் போடாம இருக்கட்டும்... உள்ளே இன்டர்வியூ நடக்குதில்லை...' மலையாளத்தான்.

நிறமற்ற வானவில்

'கிருஷ்ணமூர்த்தி யாருங்க?'

உள்ளே சென்றதும் தூரத்தில் ப்ரின்ஸிபல் உட்கார்ந்திருக்க, பாலீஷ் போட்ட மர பீரோ நிறைய கப்புகளும் பதக்கங்களும் ஷீல்டுகளும் அடைந்திருந்தன. சுவர் முழுவதும் ஓர் உலகப் படம். பூகோள உருண்டை பக்கத்தில் ஒரு பி.ஸி வைத்திருந்தது. அதை ப்ரின்ஸிபல் கொத்தி, 'லெட் மீ ஸீ, லெட் மீ ஸீ... யூ ஆர் எ கம்ப்யூட்டர் இன்ஜினீயர் பை ப்ரொஃபஷன்.' திரையில் பச்சை அவள் கண்ணாடியில் பிரதிபிம்பித்தது.

'ஆம் மேடம்... இந்த கம்ப்யூட்டர் உங்கள் பள்ளிக்குப் போதாது...'

அந்த மாது அவனை ஒருமுறை பார்த்தாள். 'யுர் நாட் ஹியர் ஃபார் கன்ஸல்டன்ஸி.' நரை முடியைக் கழுத்தோடு வெட்டியிருந் தாள். ஸ்லீவ்லெஸ் ரவிக்கையும் முரட்டுக் கதரில் புடைவையும் அணிந்திருந்தாள். கழுத்தில் நகை என்பதே இல்லை. 'மிஸ் ஷிரோட்கர்' என்று பெயர் எழுதி வைத்திருந்தது. பள்ளியையே கல்யாணம் பண்ணிக்கொண்டுவிட்டவள் போலத் தெரிந்தது. ஆண்பிள்ளை வாட்ச் அணிந்திருந்தாள்.

'என் பெண்ணுக்கு அட்மிஷன் கொடுத்தால் கன்ஸல்டேஷன் ஃப்ரீ' என்றான்.

'கம்ப்யூட்டரே ஃப்ரீயாகக் கொடுப்பவர்கள் இருக்கிறார்கள். லெட் மீ ஸீ. கல்யாணி, ஆர் யு எ ஹவுஸ் வொய்ஃப்?'

'நோ... யெஸ் மேடம்.'

'நோ ஆர் யெஸ்?'

'ஹலோ பேபி' என்று ஆண்டாளைப் பார்த்தாள்.

'குட்மார்னிங் மிஸ்! மை நேம்மீஸ் ஆண்டாள் கிருஷ்ணமூர்த்தி.'

இது எங்கே கற்றுக்கொண்டது?

ஆண்டாள் தொடர்ந்து 'ஒன் டூ த்ரீ... ஃபார்ட்டி ஃபைவ்' என்றதன் பின், 'ஏக் தோ தீன்' ஆரம்பித்தாள்.

'கண்ணு, சும்மாரும்மா. அவங்க கேட்டாத்தான் சொல்லணும் பாடாதம்மா.'

'சார், பாஞ்ச், சே, ஸாத், ஆட், நௌ, தஸ்ஸு, க்யாரா, பாரா, தேரா... டிங்க்கிள் டிங்க்கிள் லிட்டில் ஸ்டார்...'

ப்ரின்ஸிபல் புன்னகையைத் துடைத்துக்கொண்டு 'ஸ்டாப் இட்' என்றாள் அழுத்தமாக.

அப்படியே அடங்கிப் போய் கல்யாணியின் தலைப்பில் ஒளிந்து கொண்டாள்.

'வீட்டில் டேப் ரெகார்டர் இருக்கிறதா?'

'இருக்கிறது.'

'வீடியோ?'

'இருக்கிறது.'

'வாரம் எத்தனை முறை சினிமா போட்டுப் பார்ப்பீர்கள்?'

'ஒன்று, இரண்டு...'

'குழந்தையும் பார்க்குமா?'

'பார்க்கும்.'

'இல்லை, தூங்கிப் போய் விடுவாள்.'

'இதில் யார் சொல்வது உண்மை?'

'ரெண்டுமே உண்மை. சில வேளை, குழந்தைகள் படம் என்றால் பார்க்க அனுமதிப்போம்...'

'ஏத் தோ தீன்... குழந்தைப் படத்தில் வருகிறதா? புத்திசாலித்தன மாகப் பொய் சொல்கிறீர்கள்' என்றாள் ஸ்லீவ்லெஸ். வெயில் படாமல் இருந்தால் நல்ல சிவப்பாக இருப்பாள் என்று தோன்றியது. அசப்பில் ஜெயலக்ஷ்மி அத்தை ஞாபகம் வந்தது.

'கல்யாணி நீ எதுவரை படித்திருக்கிறாய்?'

'பி.எஸ்.ஸி. பாட்டனி.'

'எந்த வருஷம்?'

'எண்பத்தைந்தில் பாஸ் பண்ணினேன்.'

‘உடனே கல்யாணமா?’

‘ஆம்.’

‘உடனே குழந்தை?’

‘ஆம்’ என்றாள் சற்று வெறுப்புடன் கணவனைப் பார்த்து.

‘நீ ப்ளஸ் டூ படிக்கும்போது கணிதத்தில் ‘செட் தியரி’ எடுத்தார் களா?’

கல்யாணி கணவனைக் கலவரத்துடன் பார்க்க, ‘அது அவளுக்கு நினைவு இருக்காது. நான் ஒரு கம்ப்யூட்டர் ஆசாமி... செட் தியரியெல்லாம் என்னைக் கேட்கலாம்.’

நீங்கள் குழந்தைக்குச் சொல்லிக் கொடுக்கும் பொறுமை யுள்ளவராக எனக்குத் தோன்றவில்லை. எங்கள் பள்ளியின் சிலபஸ் ஆரம்பித்திலிருந்தே செட் தியரி சித்தாந்தங்களிலிருந்து தொடங்கிவிடும், அதனால் கல்யாணிக்கு அந்த...?’

‘தெரியாவிட்டால் அவரிடம் கற்றுக்கொண்டு விடுகிறேன்.’

ப்ரின்ஸிபல் தலையாட்டினாள். ‘இவர் மனைவிக்குச் சொல்லித் தரும் அவகாசம் உள்ளவராகத் தோன்றவில்லை. நோ அட்மிஷன். எத்தனையோ நல்ல பள்ளிகள் இருக்கின்றன.’

‘வெய்ட் எ மினிட்.’

‘ஐல் புட் ஹர் இன் த வெய்ட் லிஸ்ட். யாராவது வரவில்லை யென்றால்...’

‘வெய்ட்! டொனேஷன் தருகிறோம்.’

‘அது எல்லாரும் கொடுக்கிறார்கள்.’

‘ப்ளீஸ்...’ கிருஷ்ணமூர்த்தி இதுவரை வாழ்வில் அவ்வளவு கெஞ்சியதில்லை.

‘மிஸ்டர் கிருஷ்ணமூர்த்தி, ஐம் நாட் ஸேயிங் நோ...’

‘வெயிட் லிஸ்ட் இல்லாமல்...’

‘பார்க்கலாம்... பார்க்கலாம்... நெக்ஸ்ட் ப்ளீஸ்...’

ஆண்டாள் எதிரே இருந்த சார்ட்டைப் பார்த்து 'ஏ ஃபர் ஆப்பிள். பி ஃபர் பாய். ஸி ஃபர் காட்' என்று படித்துக் கொண்டிருந்ததை ப்ரின்ஸிபல் அப்போது கவனித்தாள். 'இந்தப் பெண் இதற்கு முன் பள்ளிக்கூடம் போயிருக்கிறதா?'

'இல்லை. பக்கத்து வீட்டுப் பெண் படிப்பதைக் கவனிக்கிற வழக்கம் உண்டு இவளுக்கு.'

ப்ரின்ஸிபல் அந்தப் படத்தில் 'எக்ஸ்' ஸைக் காட்டி, 'இது என்ன?'

'எக்ஸ் ஃபர் எக்ஸ்ரே' என்றது குழந்தை.

'எக்ஸ்ட்ரார்டினரி. இந்தப் பெண்ணுக்கு ஆச்சரியகரமான ஞாபக சக்தி... ஷி இஸ் இன்... இந்தப் பெண்ணால் நம் பள்ளிக்குப் பெருமை வரும்...'

'அட்மிட்' என்று போட்டுவிட்டு, அவள் கன்னத்தில் தட்ட...

'தாங்க் யூ மேடம். குட்மார்னிங்... குட்பை... ஜெய்ஹிந்த்' என்றாள் ஆண்டாள். அப்பா அம்மாவை அழைத்துக்கொண்டு புறப்பட்டாள். 'வாங்கப்பா போகலாம்!'

'சுத்திப் போடுறா குழந்தைக்கு' என்றார் கோத்தாரி மாமா, நடந்ததைக் கிருஷ்ணமூர்த்தி விவரித்ததும்.

'பாலன் என்று பரிபவஞ் செய்யேல் பண்டொருநாள் ஆலினிலை வளர்ந்த சிறுக்கன் அவன் இவன்னு கண்ணனைப் பற்றித்தான் சொன்னார் ஆழ்வார்.'

'ரொம்பத்தான் பெருமைப்பட்டுக்காதீங்கோ... எல்லாக் குழந்தை யும் இந்தக் காலத்தில் நறுக் நறுக்குன்னு பதில் சொல்றது' என்றாள் கல்யாணி.

'இருந்தாலும் திஸ் கர்ள் இஸ் சூப்பர்.'

'எல்லாம் உங்கப்பாவைக் கொண்டிருக்கு கிருஷ்ணா...'

ஆபீஸுக்கு வந்ததும் குணாவிடம் விஸ்தரித்தான். 'இந்தப் பெண் தனியா போயிருந்தாலே அட்மிஷன் வாங்கியிருக்கும் குணா.'

நிறமற்ற வானவில் 21

'தட்ஸ் க்ரேட்! எம்.டி. சொல்லச் சொன்னார்... புதன் கிழமை அமெரிக்கா புறப்படும்படி, வந்தவுடனேயே பேசச் சொன்னார்.'

போனில் எம்.டி-யுடன் தொடர்பு கொண்டான்.

'என்ன சோம்பேறி, அட்மிஷன் கெடைச்சுதா?'

'கெடைச்சுது மணவாளன் சார். பெண்ணே வாங்கிட்டா. நாங்கள்லாம் பேந்தா மாதிரி முழிச்சுக்கிட்டு இருக்கப்ப ப்ரின்ஸிபல்கிட்ட பேசியே...'

'குட்! ஆர்டிஸி கான்ட்ராக்ட் ட்ராஃப்ட் எம்.ஓ.யு ஒண்ணு செவ்வாய்க்கிழமைக்குள்ளே ரெடி பண்ணிர்றியா... புதன் போகலாம்.'

'நீங்களும் வரீங்களா?'

'ஆமா, ரெண்டு பேரும்தான் போறோம். எனக்குக் கொஞ்சம் ஹ்யுஸ்டன்ல செக்கப் இருக்கும். அதையும் பார்த்துக்கிட்டு... புதன் கிழமை புக் பண்ணச்சொல்லிட்டேன். தாய் ஏர்லைன்ஸ் கேட்டியாமே?'

'ஆமாம்.'

'ஹாங் காங்கில ஒரு தினம் ஹால்ட் பண்ணிட்டுப் போகலாமா... ஹண்ட்ரட் டாலர்ஸ்!'

'ஹண்ட்ரட் டாலர்ஸ்!'

அவனுக்கு அந்தப் பிரம்மாண்ட ஓட்டல் கட்டடத்தின் பதினாலாவது மாடி அறை வாசலில் கார்டைச் செருகி அழைத்துச் சென்ற அந்தக் கரிய கூந்தல் சீனத்துப் பெண் ஞாபகம் வந்தது.

'சே... பாவம் கல்யாணி!'

'இல்லை சார்... உங்க ஹார்ட்டுக்கு ஹாங் காங் ஒத்துக்காது!'

'ஹார்ட் சரியாப் போச்சுப்பா.'

'இருந்தாலும் வேண்டாம். சிங்கப்பூர் வழியா போயிரலாம். வெஸ்ட் கோஸ்ட்டா இருக்கிறதாலே திரும்ப வர்றப்ப நியூ யார்க் போகணும்.'

போனை வைத்து, குணாவைக் கூப்பிட்டு, 'புதன் கிழமை புக் பண்ணிட்டாராமே...?'

'ஆமா சார்... நான்தான் புக் பண்ணேன். ஆனா, ஒண்ணே ஒண்ணுதான் சார் உதைக்குது... புதன் கிழமை ஒரு மாரேஜ்... நீங்க நிச்சயம் போகணும்னு எழுதியிருக்கீங்க.'

'யார் மாரேஜ்?'

'உங்க சிஸ்டர்ஸ் ஸன்னு நினைக்கிறேன்.'

'ஓ காட்! நான் போயே ஆகணுமே... உதை விழுமே. அப்ப டிபார்ச்சரை வியாழக்கிழமைக்கு மாத்திரு.'

'எம்.டி மீட்டிங் வெள்ளிக்கிழமை பிக்ஸ் பண்ணியிருக்கார் சார். அதன் பின் அவங்க வக்கேஷன் வந்துருது.'

'என்னடா தொந்தரவாப் போச்சு... கெட் மை வொய்ஃப் ஆன் த போன்!'

அத்தியாயம் மூன்று

கிருஷ்ணமூர்த்தி டெலிபோனில் மனைவியுடன் பேசினான். 'கல்யாணத்துக்கு நான் வரமுடியாது. நீதான் போயாகணும்.'

'என்னது புதுசா ஷாக் தரீங்க! கல்யாணம் உங்க வீட்டுக் கல்யாணம். உங்க தங்கை!' என்றாள் கல்யாணி.

'தெரியும்... என்ன பண்றது? நான் அதே தேதி அமெரிக்காவுக்குக் கிளம்ப வேண்டியிருக்கிறது... ஒரு முக்கியமான கான்ட்ராக்ட்.'

'ஒருநாள் விட்டுப் போகக் கூடாதா? நீங்க இல்லாம நான் தனியா எந்தக் கல்யாணத்துக்கும் போக மாட்டேன். அது உங்க வீட்டுக் கல்யாணம்!'

'ஏன்?'

'அவர் வரலையா - அவர் வரலையான்னு எல்லோரும் மாத்தி மாத்திக் கேப்பா... பதில் சொல்லணும். அப்புறம் இந்தப் பெண்ணுக்கு அப்பா இல்லைன்னா தப்பாம ஜுரம் வந்துடும். ஏதாவது ஒரு உக்கிரான அறையில் இவளைப் படுக்க வெச்சு, வேளைக்கு வேளை க்ரோஸின் சிரப், ஹார்லிக்ஸ்... அப்பா போதும்டா சாமி... இந்த மாதிரி எத்தனை கல்யாணம் நீங்க வராம வேதனைப் பட்டிருக்கேன்.'

'நான் எதுக்கும் எம்.டி. கிட்ட கேட்டு இன்னும் ஒரு மணி நேரத்தில் போன் பண்றேன்.'

டெலிபோனை வைத்துவிட்டு செயலாளியைக் கூப்பிட்டான். 'குணா, எப்போது ஃப்ளைட்?'

'புதன் கிழமை ராத்திரி பம்பாயில் ப்ளேன் பிடிக்கவேண்டும். நான் ஒரு யோசனை தரலாமா?'

'இல்லை... நான் எம்.டி-யைப் பார்க்க வேண்டும். ஃப்ரீயாக இருக்கிறாரா பார்.'

மணவாளன் மூன்றரைக்கு அழைத்தார். 'என்ன ட்ராஃப்ட் கான்ட்ராக்ட் ரெடியா? வர்ட் ப்ராஸஸர்ல அங்க இங்க பேரை மாத்த வேண்டியதுதானே!'

'ரெடி பண்ணிக்கிட்டிருக்கேன் மணவாளன் சார். ஆனா, எனக்குப் புதன்கிழமை புறப்பட முடியாது.'

'என்னது!' என்றார் செயற்கை அதிர்ச்சியுடன்.

'என் சிஸ்டர் ஸன் கல்யாணம் அன்னிக்கு... நான் போயே ஆகணும். இல்லைன்னா கொலை விழும்!'

'சம்சாரத்தைப் போகச் சொல்லுய்யா! அதுக்குத்தான் மனைவி!'

'மாட்டேங்கறா... சண்டி பண்றா.'

மணவாளன் தன் பைப்பை நிரப்பி பற்ற வைத்துப் புகை மேகம் விடுவிக்கும்வரை காத்திருக்க வேண்டியிருந்தது. ஸீனியர் பார்ட்னர் என்பதால் எத்தனை விஷயங்களைச் சகித்துக் கொள்ள வேண்டியுள்ளது... ப்ளேனில் உட்கார்ந்து பெல்டைக் கழற்றின கையோடு குடிக்க ஆரம்பிப்பார். ஹாங் காங் போன கையோடு இவருக்குப் பெண்பிள்ளை சமாசாரம் வேண்டும். ஹெல்த் கிளப் என்ற பெயரில் விபசாரிகளுக்குப் போன் செய்ய விரல் துடிக்கும்.

'எப்ப கல்யாணம்?'

'அதான் சொன்னனே... புதன்.'

'புதன் ராத்திரிதானே புறப்படறோம்... கல்யாணம் எங்கே?'

'காஞ்சிபுரத்தில்.'

'அங்கிருந்து பெங்களூர் த்ரீ அவர்ஸ் ஆகுமா... ஒண்ணு பண்ணு!' மணவாளன், கிருஷ்ணமூர்த்தியின் நிகழ்ச்சி நிரலை ஒரு

உபதேவதையின் தீர்மானத்தோடு நிர்ணயிக்கத் தொடங்கினார். 'முகூர்த்தம் காலையில்தான் இருக்கும். முகூர்த்தத்துக்கு இருந்துட்டு நீ என்ன பண்ற... பெங்களூருக்குச் சாயங்காலம் புறப்பட்டு வந்துரு. எட்டரை மணிக்கு பெங்களூர்ல இருந்து பம்பாய்க்கு ஃப்ளைட் இருக்கு. அதில நம்ம பெங்களூர் ஆபீஸ்ல போர்டிங் கார்டு வாங்கி வெக்கச் சொல்லிடறேன்... நீ எட்டு மணிக்குக் கிளம்பினா போதும்... அதுக்கு காஞ்சிபுரத்தில நாலு நாலரைக்குக் கிளம்பி நேரே பெங்களூர் ஏர்போர்ட்டுக்குப் போயிடு... என்ன?'

'ரொம்ப நெருக்கமா இருக்கே மணவாளன்!'

'இது ஜெட் யுகம்ப்பா... அந்த வேகத்துக்கு நாம ஈடுகொடுக்க வேண்டாமா? ராத்திரி 12-50க்கு ஃப்ளைட். ஹாங் காங், டோக்கியோ வழியா.'

'ஹாங் காங்கை விடமாட்டீங்களே!'

'விடுவனா...' என்று அசிங்கமாகக் கண்ணடித்தார். அவருடைய அத்தனை துர்குணங்களையும் சகித்துக்கொள்வதற்குக் காரணம், அவருடைய வெற்றி. எதிராளிமுன் பல்லை நோண்டுவது, சதா சர்வ காலமும் தன்னையும் குடும்பத்தையும் பற்றிப் பெருமைப்படுவது, நினைத்த மாத்திரத்தில் கொள்கைகள் அனைத்தையும் மாற்றிக்கொள்வது... எல்லாம் சகிக்கப்பட்டு மணவாளனைப் பெரிய குணவாளனாகப் போற்றுவதற்குக் காரணம், வெற்றிதான். அந்த மூன்றெழுத்து மந்திரத்தின்பின் மழுப்பப்படும், மன்னிக்கப்படும் அசுர குணங்கள் எத்தனை!

'ப்ராப்ளம் ஸால்வ்ட். ஸ்வேதா மை டியர் கொஞ்சம் உள்ளாற வாரியா...?'

ஸ்வேதா என்பது அவருடைய செகரட்டரி. அட்மின் செக்ஷனில் தோதாத்ரி ஐயங்காரிடம் இருந்தவளை ஒருமுறை பார்த்து உடனே மாற்றிக்கொண்டதற்குக் காரணம்-

'என்ன சைஸூ' என்று சொல்லியிருக்கிறார். அவருக்குப் பெண்கள் அனைவரும் கார்களுக்குச் சமானம். நியூ மாடல், லேட்டஸ்ட், ஓல்ட் மாடல், ஸ்டார்டிங் ட்ரபிள், ஸ்டெப்னி, சரியான பிக் அப் போன்ற சொற்றொடர்களால் பெண்களைப் பேசுவார். அண்மையில் ஆபீஸில் கம்ப்யூட்டர் படையெடுப்புக்கு அப்புறம் கம்ப்யூட்டர் வார்த்தைகளைக் கொண்டு

பெண்களைத் தீர்மானிக்க ஆரம்பித்தார். ஹார்டுவேர், ஸாஃப்ட்வேர், யூஸர் ஃப்ரெண்ட்லி, மல்ட்டி யூஸர், ஸிங்கிள் யூஸர், மல்ட்டி டாஸ்க்கிங்...'

திரும்ப தன் அறைக்கு வந்ததும் மனைவிக்கு போன் செய்தான் கிருஷ்ணமூர்த்தி. 'கல்யாணத்துக்கு வரேன்!'

'என்ன திடீர்னு மனமாற்றம்? எப்படி உங்க எஜமானர் அனுமதி தந்தார்?'

'அது ஒரு மாதிரி ஃப்ளைட் ஷெட்யூலை அட்ஜஸ்ட் பண்ணி யாச்சு... அவர் ஒண்ணும் என் எஜமானர் இல்லை.'

'பின்ன?'

'பார்ட்னர்.'

'அவர் உங்களை அதட்டறதைப் பார்த்தா பார்ட்னர்னு யாரும் சொல்லமாட்டா!' பிடிக்காத விஷயம். கிருஷ்ணமூர்த்தி பேச்சை மாற்றினான்.

'உம் பொண்ணு என்ன பண்றா?'

'தெருப்பூரா சொல்லியாச்சு. எனக்கு அட்மிஷன் கிடைச்சாச் சுன்னு. எல்லாருக்கும் சாக்லெட் கொடுத்தாச்சு!'

'கூப்பிடு அவளை!'

'இங்கேயே இருக்கா!'

'ஹலோ! திஸ் இஸ் ஆண்டாள் ரோஜா கிருஷ்ணமூர்த்தி ஸ்பீக்கிங். வாட் கன் ஐ டு ஃபார் யூ!'

'டெலிபோன் வழியா அப்பாவுக்கு ஒரு கிஸ் அனுப்பு!'

'ப்ச்... ப்ச்... ரெண்டு கிஸ்! அப்பா, நீங்க எனக்கு ஸ்கூல் பேக், யூனிஃபார்ம் எல்லாம் வாங்கணும்... சீக்கிரம் வர்றியா! ஸ்பீடா.'

'வரேன் டார்லிங்... அம்மாட்ட கொடு...' என்றவன், தன் மனைவியிடம், 'என்ன இப்பவே ஸ்கூல் யூனிஃபார்மா?'

'ஆமா, ஸ்கூல்ல ஒரு லிஸ்ட் கொடுத்திருக்கா பாருங்கோ... ஏதோ அண்டார்ட்டிக்கா எக்ஸ்பெடிஷன் மாதிரி அத்தனை பெரிய லிஸ்ட்.'

‘பணம் பிடுங்கி ஸ்கூல் போல இருக்கே!’

‘நீங்கதானே பதற்றப்பட்டீங்க!’

‘நம்ம பொண்ணு நல்ல ஸ்கூலுக்குப் போகட்டும். நல்லா படிக்கணும்... அவ மாதிரி...’

‘உங்களுக்கு ஆபீஸ்ல வேற ஜோலி இல்லையா? பொண்டாட்டி கூட இப்படிச் சாவகாசமா பேசிக்கிட்டிருக்கீங்களே!’

‘போனை வைத்துவிட்டு குணாவை அழைத்தான். ‘குணா, எம்.டி சொன்னாரு...’

‘எல்லா ஏற்பாடும் செய்தாச்சு சார். உங்களுக்கு பெங்களூர்ல ருந்து பம்பாய்க்கு டிக்கெட் வாங்கியாச்சு. காஞ்சிபுரத்துக்குப் போறதுக்கு டாக்ஸி ஏற்பாடு பண்ணியாச்சு... பம்பாய் போய் அங்கேயிருந்து நேரா ஜுஹு செண்ட்டார் ஓட்டல் போயிட்டிங்கன்னா அங்க எம்.டியோட சேர்ந்துரலாம்!’

‘இந்த ஆபீஸ்ல நாம விரும்பாத விஷயங்கள் டாண் டாண்ணு நடக்கும்.’

‘ஏன் சார்? விரும்பின விஷயங்களும் நடக்குமே’ என்று அவனைக் கண்விரித்துப் பார்த்த பார்வையில் பேசப்படாத வார்த்தைகள் இருந்தன. குணாவின் நீல பனியனுக்குள் இருப்பது நிஜங்களாக இருக்காது என்று தோன்றியது. நடந்தால் குலுங்குவதில்லை... சே! மணவாளனோடு சேர்ந்து இந்த எண்ணங்கள்! கட்டின பெண்டாட்டி புஷ்பம் போல இருக்கும் போது இந்தக் குணாவின் கரிய உடலையும் தேக வாசனைகளை யும் எண்ணிப்பார்க்காமல், எதற்காக அவளின் சொற்ப அழகைச் சிந்திக்கிறாய் குரங்கே! எண்ணங்களுக்கு ஏன் பிராயச்சித்தம் இல்லை!

குணா அவனருகே வந்தபோது அவள் கை விரல்களின் நகச் சாயத்திலும் நேர்த்தியிலும் அரை மணி உழைப்பு இருப்பதைக் கவனிக்க மறுத்தான்.

வீட்டுக்குத் திரும்பி வந்தபோது ஆண்டாள் வாசலிலேயே தயாராக தலைவாரி டிரஸ் பண்ணிக்கொண்டு காத்திருந்தாள். ‘என்னப்பா, இவ்ளவ் லேட்டா வரீங்க? யூனிஃபார்ம் வாங்க வேண்டாமா? மணி என்ன ஆறது?’

'என்ன ஆறது?'

'நாப்பத்தஞ்சு! நாலு ஆச்சு!'

மனைவியிடம், 'இப்பவே வாங்கணுமா என்ன?' என்றான்.

'இப்ப வாங்கலைன்னா உங்க பொண்ணு அழுது ஊரைக் கூட்டிடுவா! மூணு மணியிலிருந்து வாசலில் காத்திருக்கா!'

'சும்மா நச்சு நச்சுன்னு பேசிண்டிருக்காதீங்க... கிளம்பு!'

'குரல்கூட உன் மாதிரியே இருக்கு' என்றான் மனைவியைப் பார்த்து.

'பிடிவாதத்துல உங்க மாதிரி!'

ஆண்டாள் காரின் முன் கதவைத் திறந்து உட்கார்ந்துகொண்டாள். அவளை எடுத்துப் பக்கத்தில் வைக்கும்போது தோளைக் கட்டிக்கொண்டாள்... வாசனையாக இருந்தாள். குழந்தை வாசனை... மழலை வாசனை... கொஞ்சம் எச்சிலும் பாண்ட்ஸ் கீற்றலும் தலையில் தடவிவிட்ட பிருங்கராஜ் தைலமும் கொஞ்சம் சொர்க்கமும் கலந்த வாசனை. இன்னும் மானுடச் சிறுமைகள் பெறாத தெய்வக் குழந்தை.

'கார் ஓட்டறச்ச அப்பாவை டிஸ்டர்ப் பண்ணக்கூடாதும்மா!'

'டிஸ்டர்ப்பா இருக்காப்பா!'

'டிஸ்டர்ப்னா என்ன?'

'கலைக்கிறது!' என்றாள் சர்வசாதாரணமாக.

'இந்தப் பொண்ணு எங்கேயோ போகப்போறது பாரு! நம்ம குழந்தைன்னு இல்லை. நானும் எத்தனையோ குழந்தைகள் பார்த்திருக்கேன். எங்க அக்கா பையன் ஒருத்தன் நாணின்னு, ரொம்ப ப்ரிலியண்ட். ஐ.ஐ.டியில படிச்சுட்டு இப்ப கார்னெல்ல இருக்கான். அவன்கூட சின்ன வயசில இத்தனை ஷார்ப்பா இருந்ததில்லை. இதுக்குப் பரதநாட்டியம், பெயிண்டிங், மியூஸிக், கம்ப்யூட்டர் எது கற்றுக் கொடுத்தாலும் பிடிச்சிக்கும்!'

'அதும் முன்னாலயே சொல்லாதீங்க... இப்பவே கர்வம் தலைக்கேறிக்கிடக்கு!'

‘கர்வம்! அப்படிச் சொல்லவே சொல்லாதே. கர்வம் என்கிற தெல்லாம் பெரியவா வார்த்தை. குழந்தைகள் தெய்வ சமானம்.’

‘ஏதோ ஒரு வயசில் தெய்வமா இருக்கிறதை நிறுத்திடறா!’

‘ஸ்ட்ரேஞ்ச்! கொஞ்ச நேரம் முன்னால நானும் அப்படித்தான் நினைத்தேன்!’ என்று மனைவியின் கையைப் பற்றினான்.

‘பார்த்து ஓட்டுங்கப்பா!’

இருவரும் ஒருமுறை பார்வை மாற்றிக்கொண்டார்கள். அதிலிருந்த மௌனச் செய்தி பிரபஞ்சத்து அளவு இருந்தது. கடவுளே! உனக்கு எவ்வளவு நன்றி சொல்லப் போகிறேன். மனைவிக்கும் மகளுக்கும்! இந்த மனைவியையும் மகளையும் தந்ததற்காக... அமெரிக்கா அனுப்புவதற்காக. உள்ளத்தை, சிந்தனையை பெரும் பாலான கணங்களில் ஆரோக்கியமாக வைத்திருக்க உதவுவதற் காக... கடவுள் இதையெல்லாம் நுட்பமாக அமைக்கிறாரா என்ன... பாப்லோ நெருடாவின் கவிதையில் வருவதுபோல பிரபஞ்சத்து விதிகள் மனிதனை மதிக்காதவை... அவனுக்கு அப்பாற்பட்டவை... அவன் அழிந்தபின்னும் நீடித்திருப்பவை. கடவுள் மனிதனின் விதியை பிரத்தியேகமாக கவனிக்கிறார் என்பது அபத்தம். பின் ஏன் எனக்கு இத்தனை சந்தோஷம்? நான் என்ன செய்தேன் நல்ல காரியம்! இதற்காகவே போன ஜென்மத்தில், புனர் ஜென்மத்தில் நம்பிக்கை வேண்டும்...

சுமார் அறுநூறு ரூபாய்க்குமேல் குழந்தைக்கு யூனிஃபார்ம் முதலிய சம்பத்துக்கள் எடுத்தார்கள். சீருடை அதே கலர்... அதே கட்டம் கட்டம். ஆனால், இரண்டு தரம் இருந்தது. பாலியெஸ்ட ரில் வாங்கினார்கள்.

‘பெங்களூரில் சில கண்டக்டர்கள் எல்லாம் டெரிகாட்ல காக்கித் துணி வாங்க யூனிஃபார்ம் தெச்சுப்பாங்க... அதுக்கு போல...’

‘இதில் பாருங்க மேடம், மொத்தச் செலவுன்னு பார்த்தா பாலியெஸ்டர்தான் விலை சகாயம்... தினசரி அயர்ன் பண்ண வேண்டாம் பாருங்க... பேபி, உனக்கு என்ன பிடிக்கும்?’ என்றாள் அந்த சேல்ஸ் பெண். கச்சிதமாக இருந்தாள். சாத்துக்குடி போல கொண்டை!

குழந்தை அப்பாவை பார்த்து, ‘எதுப்பா பரவாயில்லை?’ என்றது பெரியவர்களைப்போல.

‘இந்தக் குழந்தைக்கு என்ன வயசு?’

‘நாப்பத்து மூணு!’ என்றாள் ரோஜா.

‘அதுக்கு எண்ணிக்கை தெரியாது...’ என்று சிரித்தாள் கல்யாணி. கடையைவிட்டு வெளியே வரும்போது ‘இவளுக்கெல்லாம் எத்தனை சம்பளம் இருக்கும்? ’என்றாள்.

‘ஏன், சேரணுமா?’

‘இதைப் பள்ளிக்கூடத்துக்கு அனுப்பிச்சுட்டா எனக்கு போர் அடிக்குமே... பார்ட் டைமா ஏதாவது பண்ணலாமா!’

‘மஸாஜ் பார்லர்ல சேத்து விடறேன். கூட்டம் அம்மும்!’

‘சே! புத்தி போறது பாருங்க!’

‘உனக்கு என்ன வேலை? அவளைச் சரியா வளர்த்து ஆளாக்கு...’

ஆண்டாள் ஐஸ்க்ரீம் கோன் வாங்க வேண்டும் என்று பிடிவாதம் பிடித்தாள். கிருஷ்ணமூர்த்தி, ‘குழந்தை கேக்றது. போனாப் போறது’ என்று பலவிதங்களில் சொல்லிப் பார்த்தாலும் தாய் தீர்மானமாக மறுத்துவிட்டாள்...‘தொண்டை கட்டிண்டு ராத்திரி பூரா லொக்கு லொக்குன்னு இருமும். நாம்தான் முழிச்சுண்டு இருக்கணும்...’

அம்மாவைப் பார்த்து விரலை நெரித்து சொடக்கு வராமல், ‘உன்னோட குட்டி பேசவே மாட்டேன்! அழிச்சாட்டியம்!’ என்றாள் ஆண்டாள் ரோஜா கிருஷ்ணமூர்த்தி.

‘பேசாட்டிப் போயேன். நான் எங்க அம்மாகிட்ட போறேன்.’

‘போய்க்கோ... நான் அப்பாக்கு சமைச்சுப் போடறேன். எல்லா சொப்பும் வெச்சிருக்கேன்...’

‘என்ன சமைப்பே கண்ணு?’

‘வாழைக்கா, கத்திரிக்கா, வெண்டைக்கா, கொத்தரங்கா...’

‘கொத்தவால்சாவடியையே வாங்கணும் போலிருக்கே!’

‘பருப்பு பாயசம் அப்புறம் நிறைய ஐஸ்கிரீம்!’

இரவில் லேம்ப் ஷேடால் மழுப்பப்பட்டு கசிந்த இதமான வெளிச்சத்தில் 1-ல் போட்ட ஃபேன் லேசாக அவள் கரிய கூந்தலை அசைக்க, கண் இரைப்பைகள் மூடி, தூங்குவதன் முன் செய்த புன்னகை உதடுகளில் பாக்கியிருக்க உறங்கின குழந்தையை இருவரும் சற்றுநேரம் பார்த்தார்கள். கல்யாணியின் கண்களில் லேசாக நீர் வடிந்தது.

'ஏன்?' என்றான் கிருஷ்ணமூர்த்தி குரலைத் தாழ்த்தி.

'எதுக்காக இத்தனை சந்தோஷம்?'

சத்தம் போடாமல் விளக்கை அணைத்துவிட்டு அடுத்த அறைக்குச் சென்று மெதுவாக ஏதோ ஒரு ரகசிய ஒப்பந்தத்தைப் போல ஆடைகளை நீக்கிக்கொண்டு, இதுதான் உலகின் கடைசி தினம்போலக் காதல் செய்தார்கள்!

அத்தியாயம் நான்கு

அதிகாலையில் இருவருக்குமிடையில் இன்பமான உறுத்தல் என்ன என்று யோசித்துப் பார்க்கையில் ஆண்டாள் தன் படுக்கையிலிருந்து எழுந்து வந்து இங்கே படுத்திருக்கிறாள்.

'குட்மார்னிங்' என்றாள் கல்யாணி.

'குட்மார்னிங்...'

தந்தையையும் தாயையும் மாறி மாறிப் பார்த்து 'சண்டை போட்டியா... பொட்டெல்லாம் கலைஞ்சிருக்கு...' என்றாள்.

'அதுவா, அது என்ன ஆச்சுன்னா' என்று ஆரம்பித்தவனைக் கல்யாணி தடுத்து நிறுத்தி, 'போதும்! ஏதும் விவரமாச் சொன்னா இன்னும் விபரீதமாய்டும். ஆண்டு கண்ணு! நீ பெரிய்யவளாய்ட்டியோல்லியோ, இனிமே உன் படுக்கையில தனியா படுத்துக் கணும்.'

'ஷ்யூர்' என்றது.

ஆச்சரியத்துடன், 'இது எங்க கத்துண்டுது?-' என்றான்.

'ப்ரின்ஸிபில் டெலிபோன்ல 'ஷ்யூர் ஷ்யூர்'னு சொல்லிண்டே இருந்தாளே... உங்களுக்கு ஞாபகம் இல்லை...'

'ஏம்பா, எப்பப் பார்த்தாலும் அந்த மாதிரி 'ஷ்யூர் ஷ்யூர்'னே சொல்லிண்டிருக்கா?'

'அது வந்து... உங்கப்பா 'ஓகே ஓகே'ங்கறா பாரு, அந்த மாதிரி... அதுக்கெல்லாம் அர்த்தம் கிடையாது.'

'அர்த்தம் கிடையாதுன்னா ஏன் திருப்பித் திருப்பி...'

'அப்பாவைக் கேளு. எனக்கு உன் கேள்விக்கெல்லாம் பதில் சொல்ல அவகாசம் இல்லை இப்ப.'

'அவகாசம்னா?'

'நீங்கதான் பதில் சொல்லணும். உங்களுக்குத்தான் அவகாசம் இருக்கு' என்று கல்யாணி தன் கூந்தலை அள்ளி முடிந்து கொண்டு படுக்கையில் சிதறியிருந்த சேஃப்ட்டி பின்னை கைக்குள் அடக்கிக் கொண்டு சென்றாள். கேள்வி கேட்காமல் இருக்க ஒரே ஓர் உபாயமாக மகளிடம், 'அப்பா போடு' என்று ஒரு பழைய கவரை உரித்துக் கொடுத்து ஒரு கலர் பென்சிலையும் கொடுத்தான் கிருஷ்ணமூர்த்தி.

சற்றுநேரம் அந்த சோம்பேறித்தனமான உபசொர்க்கத்தில், இளம் வெயிலில் தன் மகளை ஆசை தீரப் பார்த்தான். ஒரு மாதிரி பென்சிலை வைத்துக்கொண்டு 'அப்பா' வரைந்து கொண்டிருந்தது. 'ப்ரப்போர்ஷன்' சரியாக இருந்தது. கையில் வாட்ச், லேசு மீசை, ஸ்ட்ரைப் பாண்ட், பெல்ட், எல்லாம் போட்டு 'சிகரெட்?' என்றாள்.

'அப்பா சிகரெட் குடிக்கறதை நிறுத்தியாச்சே...'

'அலமாரில பார்த்தேனே?'

'எந்த அலமாரில...'

'உன் ரூம்ல.'

'அங்கே போய் என்ன குடைஞ்சே?'

'இங்க் வேண்டியிருந்தது.'

'இங்க்கா... ஐயோ கிருஷ்ணா! எதைப் போட்டு உடைச்சே?'

'ஒண்ணுமே உடையலே. உன் கூலிங்கிளாஸ் மெதிச்சிட்டேன். அவ்வளவுதான்.'

'அவ்வளவுதானா... கூலிங்கிளாஸ் என்ன விலை தெரியுமா?'

'நாப்பத்தஞ்சு, கன்ப்யூஸ்ப்பா நீங்க,'

'உலகமே உனக்கு நாப்பத்தஞ்சு ரூபாதான்! எக்கானமி ரொம்ப சிம்பிள்.'

ஆபீஸ் கார் வந்தபோது தெருமுனை வரை ஒரு ரவுண்டு போக வேண்டும் என்று பிடிவாதம் பிடித்தாள். கிருஷ்ணமூர்த்தி 'முடியாது நேரமாகி விட்டது' என்று தீர்மானமாகச் சொல்லி விட்டதால், அழுது கொண்டு டாட்டா சொல்ல மறுத்து 'உன்னோட குட்டி பேசமாட்டேன்' என்று சொல்லிவிட்டது. தன் மேஜையை அடையும்வரை புன்னகையாக பாக்கியிருந்தது.

குணா அதைக் கவனித்து, 'நீங்க உங்க டாட்டரைப் பத்தித்தானே நெனைக்கிறீங்க.'

'ஆமா, எப்படித் தெரியும்?'

'இன்னிக்கு என்ன விஷமம் செய்தா?'

'குணா, நீ நெசமாவே கேக்கிறியா... இல்லை லீவு கீவு ஏதாவது...'

குணா பேச்சை மாற்றி 'எம்.டி. எம்.ஓ.யு. டிராஃப்ட் பத்தி ஞாபகப்படுத்தச் சொன்னாரு.'

'வந்துட்டாரா?'

'இல்லை, க்ளப்பில் காண்டாக்ட் பண்ணச் சொன்னார்.'

'இங்கே ஒருத்தன் வேகு வேகுன்னு கான்ட்ராக்ட் எழுதணும். அங்கே ஒருத்தர் க்ளப்பில் கால்ஃப் ஆடிக்கிட்டு இருப்பாரு. சுகவாசம்டாப்பா, சில பேருக்குப் புள்ளிமான் மாதிரி மச்சம்.'

'மச்சம்னா என்ன சார்?'

'சில விசேஷமான இடங்கள்ல உடம்பில மச்சம் இருந்தா, சில விசேஷமான ப்ராப்தங்களெல்லாம் ஏற்படும்னு 'மச்ச சாஸ்திரம்'னு பழைய நூல்ல எழுதியிருக்கு.'

'சார், எனக்கு ஒரு மணி பர்மிஷன் வேணும்.'

'பேசப்படாது. நாங்க வெளிநாடு போகிறவரைக்கும்...'

'பர்த்டே சார்.'

'ஹாப்பி பர்த்டே! போஸ்ட்போன் பண்ணிரு ஞாயிற்றுக் கிழமைக்கு.'

'யாருக்கு பர்த்டேனு கேக்கவே இல்லையே நீங்க.'

'யாராயிருந்தாலும் நோ! வர்ட் ப்ராஸஸர்ல டிஸ்க்கைச் செருகி எம்.டி.பி கான்ட்ராக்ட்டை ஸ்கிரீன்ல காட்டினா, எடிட் பண்ணிக் கொடுத்துர்றேன். அப்புறம் ரெண்டு மூணு பாரா டிக்கேட் பண்ணியாகணும். அதுக்கப்புறம் சுட்டி...'

'ப்ரமோத்ட்டருந்து ஃபாக்ஸ் வந்திருக்கு' என்று ஸாரியைத் திருத்திக் கொண்டு சொன்னாள். அதை கவனிக்காமல் ஃபாக்ஸை வாங்கிப் பார்த்தான்.

'கிருஷ்... வரும்போது டி.எஸ்.ஆர். ஊறுகாய் மிக்ஸட் பிக்கிள்ஸ் கொண்டு வா. இல்லையெனில் இங்கே கொலை விழும். கான்ட்ராக்ட்டில் பத்து பர்ஸண்ட் அதிகம் போடு. மிக்லானி பயங்கரமாகப் பேரம் பேசுவான். 'எம்'முக்கு அனைத்து ஏற்பாடுகளும் செய்யப்பட்டுவிட்டன என்று சொல், எதிர்பார்த்து... ப்ராம்.'

குணா அவனருகில் வந்து திரையில் டைரக்டரியைக் கூப்பிட்டு கான்ட்ராக்ட் என்று டைப் அடித்தாள். எம்.டி.பி கான்ட்ராக்ட் திரையில் விரிய, அதிலிருந்த பாராக்களைச் செப்பனிடுவதில் ஆழ்ந்தான்.

மனைவி, மகள், அட்மிஷன், குணா - பிறந்த நாள் யாருக்கு? எல்லாவற்றையும் மறந்துபோய் ராயல்ட்டி, அவுட்ரைட் பேமெண்ட், எல்ஸி போன்ற வியாபாரத் தொடர்களில் ஆழ்ந்தான். பதினைந்து வருஷமாகப் பழகினதில் அந்த வாக்கியங்களின் அர்த்த மெருகுகள் அனைத்தும் அவனுக்கு அத்துப்படி. எதிர்காலத்தில் இந்த கம்பெனி மற்றொரு கம்பெனியால் சாப்பிடப்பட்டு மற்றொரு முதலாளி, மற்றொரு பார்ட்னர் வந்தாலும் அவர்கள்கூட, 'ஆ! எத்தனை அருமையாக கான்ட்ராக்ட்டின் சொற்றொடர்களை அமைத்திருக்கிறான் பார், யாரய்யா அவன்?' என்று, எதிர்காலத்துக்கு கீட்ஸ் கவிதைகளை அமைத்ததுபோல, கிருஷ்ணமூர்த்தி கான்ட்ராக்ட்டுகளை யாத்தான். இம்மாதிரி தத்தம் சொந்தத் துறைகளில் உன்னதம்

பெற்றவர்கள் உலகில் பல பேர் இருந்தார்கள். காண்ட்ராக்ட் எழுதுவதில், ஃப்லிம் எடிட்டிங், பத்திரிகை லே-அவுட் போடுவது, கேரம் போர்டு ஆடுவது... தியேட்டர்களில் ஒளி அமைப்பது, பை தைப்பது... நேரம் போனதே தெரியாமல் மணி பார்த்தபோது பசித்தது ஞாபகம் வந்தது. கல்யாணியின் சின்ன டிபன் பாக்ஸை எடுத்து, 'குணா, ஸம் வாட்டர் ப்ளீஸ்' என்றான்.

'குணா...'

'குணா...'

வெளி ஆபீஸுக்கு வந்தபோது யாரும் இல்லை.

'கணபதி... குணா எங்க?'

'இங்கதான் சார் இருந்தா. பாத்ரூம் போயிருப்பான்னு நெனைக்கிறேன்...'

பொய் சொல்கிறான். குணா அனுமதியில்லாமல் போய்விட்டாள். பர்த்டே பார்ட்டி என்று. என்ன தைரியம்? முதல் காரியமாக அவளை டிபார்ட்மெண்ட் மாற்ற வேண்டும்... இல்லை, டிஸ்மிஸ் செய்யவேண்டும். இர்ரெஸ்பான்ஸிபிள்! மூன்று தினங்களில் அமெரிக்கா போகவேண்டும். தலைக்குமேல் வேலை இருக்கிறது...

'கணபதி... அவ எங்க இருந்தாலும் அரை மணில வரலைன்னா ரொம்ப தீவிரமாயிரும்னு தகவல் சொல்லிரு. எனக்குத் தெரியும்... பாஸ் வெளிய வரமாட்டான்னு நழுவியிருக்கா...'

'அப்படி இல்லை சார். உங்களுக்கு...'

'வந்த உடனே உள்ள வரச் சொல்லு.'

உள்ளே வந்து மறுபடி கன்ஸோலில் உட்கார்ந்த போது வேலை நகரவில்லை. எப்படியெல்லாம் ஆபீஸில் விசுவாசம் இல்லாமல் இருக்கிறார்கள்... இந்தக் காலத்து இளைஞர்களே, பொறுப்பு இல்லை... சம்பளம்தான் முக்கியம் அவர்களுக்கு...

குணா ஒரு மணி நேரம் பொறுத்து வந்தாள்.

'கூப்பிட்டீங்களா...'

'ஆமா, எங்க போயிருந்தே?'

‘வெளியே போயிருந்தேன் - ஒரு பர்மிஷன் வாங்கிட்டு’

‘யார்கிட்ட?’

‘கணபதிகிட்ட சொல்லிட்டு...’

‘கணபதி புளுகறான், பாத்ரூம் போயிருக்கறதா...’

‘பயந்துட்டார் சார்.’

‘இந்த ஆபீஸ்ல என்ன நடக்குது! பர்த் டே சாயங்காலம் கொண்டாடக்கூடாதா?’

குணா அப்போது அனியற்கையாக பின்கை கட்டியிருந்தாள் என்பது தெரிந்தது.

‘என்ன கைல?’

சடக்கென்று மலர்க்கொத்தை எடுத்து அவனிடம் கொடுத்து ‘ஹாப்பி பர்த்டே சார். இட்ஸ் யுர் பர்த்டே, அதுக்குத்தான் பொக்கே வாங்க பர்மிஷன் கேக்கறதுக்கு...’

அவளை ஆச்சரியத்துடன் பார்த்தான். தங்க ரிப்பன் சுற்றப்பட்டு கண்ணாடிக் காகித உறைக்குள் சிறைப்பட்ட மலர்களின் நடுவே ‘ஹாப்பி பர்த்டே!’

‘இன்னிக்கு எனக்கு பர்த்டேயா!’

‘ஆபீஸ் ரெக்கார்டுபடி...’

‘கல்யாணி சொல்லவே இல்லை...’

‘வீட்டுல நீங்க மே மாசம் கொண்டாடுவீங்க... எனக்குத் தெரியும். தமிழ் வருஷப்படி...’

‘இதுக்கா பர்மிஷன் கேட்டே?’

‘ஆமா சார்.’

‘தாங்க்ஸ்’ என்று அதை அசட்டுத்தனமாக வாங்கிக்கொண்டு அவளை வாத்சல்யத்துடன் பார்த்த பார்வையில் அவர்களின் ஆபீஸ் உறவுக் கட்டுப்பாடுகள் சற்றே மீறப்பட்டு ஒரு கணம் கோட்டைத் தாண்டிக் கட்டை விரலை வைத்தாற்போல இருந்தது.

குணாவைப் போல் ஒரு அருமையான செகரட்டரி வாய்ப்பாளா! தப்பு இல்லாத வேலை, டைப்பிங், தப்பில்லாத முகம், தப்பில்லாத குணம், பழகும் முறை...'ஐம் ஸாரி... உம்மேல் நிறைய கோபமா இருந்தேன்...'

'பரவால்லை சார்.'

'குணா, உன் பிறந்த நாள் எப்ப?'

'வந்து ஜனவரி இருபத்து மூணு. வருஷம் சொல்ல மாட்டேன்.'

'குடியரசு தினத்துக்கு மூணு நாள் முன்னால...'

'நான் பர்த்டே கொண்டாடறதில்லை சார்...'

'ஏன்?'

'அது ஒரு பெரிய கதை. நீங்க அமெரிக்கா போய் வந்தப்புறம் சொல்றேன்...'

'அமெரிக்காவில் என்ன வேணும் உனக்கு?'

'ஒண்ணும் வேண்டாம் சார், உங்க அன்... ஆதரவு இருந்தா போதும்!'

'அன்பு' என்று சொல்ல வந்து ஆதரவு என்று கடைசி நிமிடத்தில் மாற்றினாளோ என்று சந்தேகம் வந்தது.

ஒருவருக்கும் இடையில் உறவு இரண்டு தளத்தில் இயங்குவது தெரிந்தது. மேல்தளத்தில் அதிகாரி - செகரட்டரி உறவு. அடித்தளத்தில் பார்வையின் ஓரங்களில் சீண்டிக்கொள்ளும் மற்றொரு தப்பான உறவு, அனுமதியற்ற உறவு ஒன்று! வளர விடக்கூடாது.

'குணா... ட்ராவல் டாகுமெண்ட்ஸும் ரெடியா இருக்கணும். ரிஸர்வ் பாங்க் பர்மிட்டை கொட்டுவாய்ல வெச்சுக்க வேண்டாம்.'

'எல்லாம் தயாராய்டும் சார். நாளைக்கு உங்க காஞ்சிபுரம் ட்ரிப்பு கார் கூட ஏற்பாடு பண்ணியாச்சு!'

'குட் கர்ள்' என்றான், அவளை முதுகில் தட்டிக்கொடுத்து! துரோகி!

மணவாளன் க்ளப்பிலிருந்து வந்த உடன் கூப்பிட்டனுப்பினார். 'சோம்பேறி... எல்லாம் ரெடியா?'

'கான்ட்ராக்ட் ரெடி பண்ணிட்டேன் மணவாளன். ராயல்ட்டி டர்ம்ஸ் ஒருமுறை பார்த்துட்டீங்கன்னா.'

'நீ பார்த்துட்டா போதும் ராஜா... ஹாங் காங்கில் எந்த ஓட்டல்ல தங்கப்போறோம்... சொல்லட்டுமா...' என்றார் கண் சிமிட்டியபடி.

'சொல்லுணுமா... உங்க கடல் தாண்டிய காதலி அங்கதான் இருக்கிறதா...'

'கார்டு எல்லாம் அனுப்பிச்சாப்பா. நிஜமாவே அவ எத்தனை லவ் பண்றாப்பா...'

'வருஷத்தில் ஒரு நிமிஷம்!'

'அந்த ஒரு நிமிஷம்போதும்... அதிலேயே ஏழாவது சொர்க்கத் துக்கு கூட்டிக்கிட்டு போவாளே லின்! என்ன சின்னதா கச்சிதமா பேரு, ஆளைப்போலவே! ஒரு கையால தூக்கிரலாம் கைக் குழந்தை மாதிரி.'

'கான்ட்ராக்ட்டுல ஒரு க்ளாஸ்...'

'ராஜா... காண்ட்ராக்டு வரும், போகும்.'

'லின்னும் அப்படித்தானே... கான்ட்ராக்ட் சைன் பண்ணலைனா லின் மாதிரி பெண்களைப் பத்தி நினைக்கக்கூட முடியாது மணவாளன்.'

செவ்வாய்க்கிழமை காரில் கோத்தாரி மாமா, கல்யாணி ஆண்டாள் மூவரும் முன்னமேயே காஞ்சிபுரம் சென்றுவிட் டார்கள். கிருஷ்ணமூர்த்தியும் குணாவும் ராத்திரி ஒன்பது வரை ஆபீஸில் கான்ட்ராக்ட்டை முடிக்கும்வரை இருந்தார்கள். ஆபீஸை மூட சாவிக் கொத்தைத் தேடும்போது விளக்கு அணைந்தது.

அத்தியாயம் ஐந்து

குணா நெருப்புப் பெட்டியைத் தேடும்போது கிருஷ்ணமூர்த்திமீது மோதிக் கொண்டாள். 'பார்த்து, பார்த்து' என்று அவளைத் தோளோடு பிடித்துக் கொள்ள வேண்டியிருந்தது. 'எங்கேயோ மேஜை அறைக்குள் மெழுகுவர்த்தி இருக்கு' என்று அவள் மேல் விதவிதமாகப் பட்டபோது 'இருட்டு முடிந்துவிடப் போகிறதே... வெளிச்சம் வந்து விடப்போகிறதே... அவசரம்... அவசரம்' என்று அவனுள் சைத்தானின் குரல் ஒலித்தது. குணாவை அணைத்து எடுத்துக்கொண்டு கன்னத்தில் முத்தம் கொடுக்க முயன்றான், அது ஒரு வாசனைத் தீற்றலாக மழுங்கியது.

'சார், நாம உணர்ச்சி வசப்பட வேண்டாம்' என்றாள். ஆனால், அவன் செயல்களைத் தடுக்க முயற்சிக்கவில்லை.

குணாவைத் தன் நாற்காலியில் உட்கார வைத்து அவள் புஜங்களைப் பிடித்து இங்கே அங்கே என்று பல திசைகளில் ஆர்வம் செலுத்தி அவளைத் தொட்டுப் பார்த்தான்.

'உணர்ச்சிவசப்பட்டு ஏதாவது...' என்றாள் மறுபடி.

முகத்தில் அறைந்தாற்போல் மின்சாரம் திரும்ப வந்தபோது குணாவின் மார்புச் சட்டை கலைந்திருப்பது அவனுக்கு அதிர்ச்சியாகவும் வெட்கமாகவும் இருந்தது. 'சேச்சே... என்ன காரியம் பண்ணீட் டீங்க... மோசம் சார் நீங்க' என்றாள் கோபமில் லாமல்.

‘ஸாரி, இருட்டுல...’

‘போட்டு விட்டுருங்க’ என்று அவனருகே வந்து தலைமுடியைக் கோதினாள்.

‘குணா... ஸாரி, வெரி ஸாரி!’

‘எதுக்கு?’

‘நடந்ததுக்கு.’

‘டோண்ட் பி ஸில்லி! இயல்பா நடக்கவேண்டியது நடந்திருச்சு, அவ்ளதான்.’

‘இதனால நம்ம ரெண்டு பேர் லைஃபும் சிக்கலா...’

‘சேச்சே... ஏதும் நடக்காது. நாம என்ன பண்ணிட்டோம்... என்னை என்ன ரேப் பண்ணிட்டீங்களா?’

‘இல்லை குணா... வேற ஒரு சந்தர்ப்பத்தில் இந்தச் சம்பவத்தை நீ வந்து பயன்படுத்திக்க முடியும்...’

‘நான் அப்படிப்பட்டவள்னு நெனைக்கிறீங்களா?’

‘இல்லை குணா... என்னைத் தப்பா எடுத்துக்காம இருந்தா சரி...’

‘தப்பு என்ன சார் தப்பு? இருட்டுல நம்ம பகல் வேஷங்கள் எல்லாம் கரைஞ்சு கொஞ்சம் ஆதிமனிதர்கள் போல நடந்துக் கிட்டோம். நீங்க கல்யாணத்துக்குப் புறப்படணும். கார் வந்து காத்திருக்கு’ என்றாள்.

குணாவை வீட்டில் கொண்டு விட்டபோது அவள் குனிந்து அவன் தலையைக் கலைத்து, ‘பெஸ்ட் ஆஃப் லக். ஹேவ் எ நைஸ் ட்ரிப்’ என்று லேசாகப் புன்னகைத்தாள்.

வெற்றிப் புன்னகை! அவன் தலையைக் கலைக்கக்கூடிய அளவுக்குத் தைரியம் வந்துவிட்டது.

காரில் மௌனமாகப் பூந்தமல்லி ஹைரோட்டில் செல்லும் போது ஜன்னலை இறக்கி முகத்தில் குளிர்க்காற்றை அனு மதித்துக் கொண்டான்.

சே! ஒரு கணத்தில் இழந்துவிட்டேன். சரிந்து விட்டேன். இப்போது அவளையும் நேராகக் கண்ணுக்கு கண் பார்க்க

முடியாது. மனைவியையும்! அந்தஸ்து. கௌரவம், இத்தனை, நாள் மணவாழ்க்கையின் நேர்மை அத்தனையும் ஒரு இருட்டுத் துண்டில் இழந்துவிட்டேன். இனி என்ன செய்தாலும் என் வாழ்வில் அவளுக்கு ஒருவாறு கடன்பட்டுவிட்டேன். தன் கையைப் பார்த்துக்கொண்டு 'சும்மா இருக்கிறதுதானே. இருட்டுன்னா...' இடது கையால் வலது கையை அடித்துக் கொண்டான்.

'உனக்கு என்னடா குறை? மனைவி அழகா இல்லையா. முத்துப் போல குழந்தை. கை நிறைய சம்பாத்தியம், வசதி, கௌரவம், சமூகத்தில் அந்தஸ்து... அத்தனை இருந்தும் ஏன் மற்றொரு பெண்ணின் மார்புக்கு அலைகிறாய்? என்ன ஒரு வீழ்ச்சி வேட்கை இது! ஏன் ஒழுங்காகச் செல்லும் வாழ்வைச் சிக்க லாக்கிக் கொள்கிறாய்?'

'எங்கயாவது கோயில் இருந்தா நிறுத்துய்யா' என்றான் டிரைவரிடம்.

'பெரும்புதூர் வருதுங்க. ஆனா, இந்நேரத்தில் எல்லாக் கோயிலும் மூடியிருக்குங்க...'

'காலைல காஞ்சிபுரத்தில் கோயிலுக்குப் போயே ஆகணும்... ஞாபகப்படுத்துங்க டிரைவர். உங்க பேர் என்ன?'

'ராஜுங்க'

'ராஜு, காஞ்சிபுரத்தில் எதாவது கோயில். சரியா?'

'சரிங்க...'

'ராஜு, உங்களுக்குக் கல்யாணம் ஆயிருச்சா?'

'ஆயிருச்சுங்க...'

'குழந்தைங்க.'

'பிள்ளை பெத்துக்கத்தான் ஊருக்குப் போயிருக்குதுங்க.'

'சபலப்படாதே... என்ன?'

'சரிங்க...'

'இருக்கிறது பொன்னு தெரியுமில்லை?'

'ஆமாங்க' என்றான் ராஜு, 'ஐயா, ராத்திரி சாப்பாடு...?'

'காஞ்சிபுரம் போயிரலாம்பா... என்ன ஒரு மணி நேரம் ஆகப்போவுது.'

இரவு கல்யாண வீட்டில் போய் இறங்கினபோது கல்யாணியும் குழந்தையும் மற்றவர்களுடன் நடுக்கூடத்தில் ஜமக்காளத்தில் படுத்துத் தூங்கிக் கொண்டிருந்தனர். பந்தலில் நாற்காலியைச் சுழற்றிப்போட்டு ஒரு கோஷ்டி மூணு சீட்டு ஆடிக்கொண்டிருக்க, 'வாப்பா கிருஷ்ணா... ஒரு கை குறையறது. அமெரிக்கா போகப் போறியாமே...? கல்யாணி சொன்னா. உம் பொண்ணு என்ன சூட்டிகைப்பா...'

'சாப்பிட்டுட்டு வரேன் மாமா...'

சாப்பிட்டுவிட்டுச் செம்பில் கல்கண்டு கலந்த பால், தளிர் வெற்றிலை, பன்னீர் புகையிலை என்று ஃப்யூடல் சமாசாரங்களாகச் சுற்றிலும் பரப்பிக்கொண்டு மல் ஜிப்பாவில் அரட்டைக் கச்சேரியும் சீட்டுக் கச்சேரியும் நடந்து கொண்டிருந்தது. ஒருபுறம் 'கரகாட்டக்காரன்' வீடியோ ஓடிக்கொண்டிருக்க, இளைஞர்கள் வயசுப் பெண்களை ஓடிப் பிடித்துத் துரத்திக் கொண்டிருந்தனர். பின் கட்டில் இன்பமான புகை வாசனையின் நடுவில் ஜாங்கிரியும் மைசூர்பாகும் போட்டுக்கொண்டிருந்தனர். கல்யாணப் பெண்ணைச் சுற்றிலும் ஒரு குழுவும் பையனைச் சுற்றிலும் ஒரு கும்பலும் கலாட்டா பண்ணிக் கொண்டிருக்க, கிருஷ்ணமூர்த்தி நிம்மதியில்லாமல் அலைந்தான். கல்யாணியை எழுப்பலாமா என்ற யோசித்தான். சாத்தியமாகப் படவில்லை. அவள் மேல் காலைப்போட்டுக் கொண்டு விரல் போட்டுக் கொண்டு தூங்கும் ஆண்டாளைப் பார்த்தான்.

'ஸாரி கண்ணு...'

'அதிகாலையில் முகூர்த்தம், இப்பவே படுத்துண்டாதான் கொஞ்சமாவது தூங்கலாம்' என்றாள் சரோ.

'வரேன்க்கா.'

'பெண்ணுக்கு என்ன என்ன நகை போட்டிருக்குன்னு காட்டறா... பார்க்கலாம் வரயா?'

'வேண்டாம்க்கா... நாளைக்குக் கோயில் எப்ப திறக்கும்?'

'காஞ்சிபுரம் முழுக்க கோயில்... எந்தக் கோயிலைச் சொல்றே?'

'வரதராஜப் பெருமாள்...'

'எனக்குத் தெரியாதுப்பா. எட்டு மணிக்குள்ள திறந்திரும்னு நெனைக்கிறேன். எதுக்கும் பார்த்தசாரதியைக் கேட்டுக்கோ. அவர்தான் உள்ளூர் சமாசாரம் எல்லாம் தெரிஞ்சவர், ஏதாவது வேண்டுதலா?'

'இல்லை, போகணும், அவ்வளவுதான்.'

'சீட்டுக் கும்பலில் சேர்ந்து கொண்டு நூறு ரூபாய் இழக்கும்வரை ஆடினான்.

வேணும் வேணும் செய்த தப்புக்கு!

கொஞ்ச நேரம் வீடியோ பார்த்துவிட்டு மூன்று நாற்காலிகளைச் சேர்த்து ஃபேனுக்கு அடியில் போட்டுக் கொண்டு தூங்கிப் போய்விட்டான்.

நாதஸ்வர மேளச் சத்தம் கேட்டது. கல்யாணி பளபளவென அரக்கு கலர் புடைவையில் மஞ்சளும் மருதோன்றியும் கைகளை வரம்பிட, நெற்றியில் சுட்டியும் உச்சியில் ராக்குடியும் குஞ்சலம் வைத்த பின்னலுமாக தங்க வளையல்கள் புலம்ப, 'என்னை கல்யாணம் பண்ணிக்கறதுக்கு முன்னாடி ஒரு கன்டிஷன், மத்த பொம்மனாட்டிகளை ஏறெடுத்தும் பார்க்கக்கூடாது. முதல்ல அதைச் சத்தியம் பண்ணிக் கொடுத்துருங்கோ... அதுக்கப்புறம் தான் உங்க கையைப் பிடிப்பேன்...'

'எழுந்திருங்கோ... எப்ப வந்தாப்ல?'

கண் விழித்துப் பார்த்தால் கல்யாணி நின்றுகொண்டிருந்தாள்... இடுப்பில் பாரமாக ஆண்டாள் தூங்கிக் கொண்டிக்க... இவளைக் கொஞ்சம் வெச்சுக்கங்கோ. எனக்கு தலைக்குமேல காரியம் இருக்கு. உங்க அக்கா ட்யூட்டி போட்டுக் கொடுத்திருக்கா!'

தன் பெண்ணைச் சந்தோஷத்துடன் வாங்கிக் கொண்டு மடியில் கிடத்திக்கொண்டான். 'டூத் பேஸ்ட், துண்டு எல்லாம் பெட்டியில இருக்கு!' என்று கிளம்பியவளை ஆசையுடன் பார்த்துக் கையைப் பற்றி இழுத்து, 'கன்னத்தில் என்ன?' என்று கேட்டான்.

அவள் விடுவித்துக்கொண்டு 'எங்கதான் என்னதான்னு உங்க ளுக்கு விவஸ்தையே இல்லையா...?'

'கோயிலுக்குப் போகணும்... வரயா?'

'சாயங்காலம்தான் வர முடியும். என்ன என்னவோ பொறுப்பெல்லாம் இருக்கு. மூத்த நாட்டுப்பெண் இல்லையா?'

'கல்யாணி... என்னம்மா, எங்க போய்ட்ட?' என்று சரோ அக்கா அதட்டிக் கூப்பிட, ஓடினாள்.

தன் பெண்ணை மடியில் ஆராய்ந்தான். சின்ன உதடுகளை இன்னமும் குவித்துப் பார்த்தான். ரோஜா நிறத்தில் இருந்த பல் ஈறுகளை ஆராய்ந்தான். வழிந்த எச்சிலைத் துடைத்துவிட்டான். உதட்டில் லிப்ஸ்டிக் நேற்று போட்டிருந்தது கொஞ்சம் பாக்கியிருந்தது. நெற்றிப்பொட்டு சின்னதாக இருந்தது. கண் இரப்பைகளில் ஒரு ஆள் குடியிருக்கலாம் போல இருந்தது. கன்னங்கள் ஆரோக்கியமாக வீங்கியிருந்தன. அப்படியே மூச்சு முட்டும்படி அணைத்துக் கொண்டால் குழந்தை நசுங்கிப்போய் விடும் என்று கட்டுப்படுத்திக் கொண்டான்.

'என் புருவம், என் மூக்கு, என் ஜீவன்!'

ஆண்டாள்.

'ஏ ஆண்டாள்' என்ற ஒரு பெண் அவளருகில் வந்து, 'மாமா, ஆண்டாளை எழுப்புங்க. எல்லாரும் குளிக்கணும்' என்றாள்.

மற்ற குழந்தைகள் 'ஆண்டாளோட விளையாடணும்... ஆண்டாளுக்கு ட்ரஸ் பண்ணச் சொன்னா' என்று உபத்திரவம் செய்ய, ஆண்டாள் எழுந்து 'எப்ப வந்தே?' என்று கேட்டாள்.

'ராத்திரி!'

'கல்யாணம்தானே இப்ப?'

'ஆமா.'

'ஆண்டா... உனக்குக் கல்யாணம் எப்ப?' என்று பக்கத்திலிருந்து ஒருத்தர் கேட்க,

அவள், 'போங்க மாமா!' என்று வெட்கப்பட்டாள். அதற்குள் அவளைச் சுமார் பத்துக் குழந்தைகள் சூழ்ந்துகொள்ள, கிருஷ்ணமூர்த்தி பெண்ணை இழந்தான்.

சீட்டுக் கச்சேரியர்கள் அந்தந்த நிலையில் தூங்கிக்கொண்டிருக்க, நாயனச் சத்தம் கேட்டு எழுந்து பல் விளக்கப் போனார்கள். பட்டுப்புடைவை சரசரக்க பெண்களும் மாமிகளும் ஊடாடிக் கொண்டிருந்த பொதுக்குழப்பத்தில் பேருக்குப்பேர் இட்லிக்கும் காபிக்கும், மாப்பிள்ளைக்கும் செருப்புக்கும் பெல்ட்டுக்கும் பாலிகை கொட்டுவதற்கும் ஆணைகளைப் பிறப்பித்துக் கொண்டிருந்தார்கள்.

மாப்பிள்ளை சங்கல்பம் பண்ணும்போதே பெண்ணுடன் சிரித்துப் பேச விருப்பப்பட்டான். வீடியோக்காரர்கள் ப்ளக் பாயிண்ட்டு களைத் தேர்ந்தெடுத்தார்கள். ஊஞ்சலுக்கு புதிய பவானி ஜமக்காளம் விரிக்கப்பட்டது. யாரோ இடுப்பில் சாவிக் கொத்து பிரதானமாக, இருக்கிற பேரையெல்லாம அதட்டிக் கொண்டிருக்க, ஒருத்தர் 'டிபன் சாப்டாச்சா?' என்று எல்லோரை யும் விசாரித்துக்கொண்டிருந்தார். பந்தலுக்கு வெளியே நாய்களும் ஏழைகளும் காத்திருந்தார்கள்.

சூரியோதயத்தில்... கல்யாணத்தில் வேத காலத்திலிருந்து சொல்லப்படும் மந்திரங்களை ஸ்கூட்டரில் வந்து இறங்கிய சாஸ்திரிகள் சொல்ல, கிருஷ்ணமூர்த்தி அங்கங்கே நிழலின் இடுக்கில் மான் போல் தெரியும் கல்யாணியைக் கண்களால் தொடர்ந்து கொண்டிருந்தான்.

'அமெரிக்கால எத்தனை நாள் மாப்பிள்ளை?'

'ஒரு வாரத்துக்கு மேல் கிடையாது.'

'அங்கெல்லாம் பாதாம் பருப்பு 'சீப்'பாமே?

'ட்ரைனிங்கா?'

'இல்லை, ஒரு கான்ட்ராக்ட்டுக்காக!'

'கான்ட்ராக்ட்டுக்காகன்னா?'

'அமெரிக்கால நாங்க ஒரு பொருள் விக்கறோம்.'

'என்ன பொருள்?'

'ஸாஃப்ட்வேர்.'

'ஓ!' என்று அவர் விலகிப்போனார்.

'ஐயா, கோயிலுக்குப் போகணும்னீங்களே...' டிரைவர் வந்து கேட்டான்.

'அம்மா வர சாயங்காலம் ஆய்டும் போலிருக்கு ராஜூ.'

ஆண்டாளைச் சுற்றிலும் சதா சர்வகாலமும் ஒரு கூட்டம். மற்ற பெண்களுக்கு அவள் ஒரு விளையாட்டு பொம்மைபோல...

'ஆண்டாளுக்கு ஆண்டாள் வேஷம் போடப்போறா, இன்னைக்கு அவ டான்ஸ் பண்றதை வீடியோ எடுக்கப்போறா' என்று ஒரு நிமிஷம் வந்து சொல்லிவிட்டுப் போனாள்.

'கல்யாணி, கோயிலுக்குப் போயே ஆகணும்.'

'போகலாம், போகலாம்... இந்தப் பொண்ணைக் கொஞ்சம் கண்காணிச்சுண்டே இருங்கோ. தொலைஞ்சு கிலைஞ்சு போய்டப் போறது. வேண்டாம் வேண்டாம்னு சொன்னா உங்க வீட்டுல எதுக்கோ காசு மாலையெல்லாம் கழுத்தில் போட்டு வெச்சிருக்கா அக்கா.'

'ஏன்? போட்டா என்ன?'

'அது ரிஸ்க் இல்லையா?'

'நான் பாத்துக்கறேன், நீ போ...'

ஆண்டாளை அவர்களுக்கு மத்தியில் ஓர் உற்சாகத்தீவுபோலப் பார்த்தான். போகிற பேர், வருகிற பேர் எல்லாம் அவளை 'ஏக் தோ தீன்' ஆடச் சொன்னார்கள்.

மத்தியானம் நேரம் கிடைத்து. கல்யாணம் முடிந்து மணமகனையும் மணமகளையும் சாஸ்திரிகளையும் மட்டும் அம்போ என்று விட்டுவிட்டு எல்லோரும் சாப்பிடப் போய்விட, கிருஷ்ணமூர்த்தி மனைவியையும் மகளையும் அழைத்துக்கொண்டு கோயிலுக்குச் சென்றபோது திரை போட்டிருந்தது.

அத்தியாயம் ஆறு

திரை போட்டிருந்தது ஏமாற்றமாக இருந்தது. சந்நிதியின் முன் வாசல் படிகளில் கல்யாணி உட்கார்ந்துகொள்ள, திரை விலக எத்தனை நேரமாகும் என்று பக்கத்தில் உடம்பு முழுக்க நாமம் தரித்தவரைக் கேட்டான் கிருஷ்ணமூர்த்தி.

'இப்பத்தான் போட்டிருக்கா... பெருமாள் அமுது சேர்ந்தப்புறம் திறந்துடுவா... ஒரு மணி தேசால மாகலாம்.'

'ஒரு மணியா...' என்று வாட்சைப் பார்த்தான். 'என்னப்பா டிரைவர்?'

'சார், இப்ப புறப்பட்டாதாங்க நேரத்துக்கு பெங்களூர் போக முடியும்' என்றான் ராஜு.

கல்யாணி கவலைப்படாமல், திரை திறக்கக் காத்திருப்பதைத் தவிர வாழ்க்கையில் வேறு வேலையே இல்லை போலக் காத்திருந்தாள்.

'கல்யாணி, நான் பொறப்படணும்.'

'பெருமாள் சேவிக்காமலா?'

'திரை திறக்கறவரை நான் காத்திருந்தா பெங்களூர்ல ப்ளேன் மிஸ்ஸாயிடும்.'

'அப்ப போயிட்டு வாங்க.'

'எங்கப்பா போறே?' என்று ஆண்டாள் கேட்க, 'அப்பா அமெரிக்கா போறார் கண்ணு! அம்மா

வீட்டுக்குள்ளேயே இருப்பா... அப்பா அமெரிக்கால்லாம் போய் கலர் கலரா கார்டு அனுப்புவா' என்றாள்.

'அப்பா, அமெரிக்கா எவ்வளவ் தூரம்?'

'நிறைய தூரம்... கல்யாணி... என்ன கிண்டலா பேசறே?'

'கிண்டலே இல்லை. நீங்க போறதில் ரொம்பப் பெருமை எனக்கு. இது எத்தனையாவது தடவை?'

கல்யாணியைக் கொஞ்ச நேரம் அடிபட்டது போல பார்த்துக் கொண்டிருந்துவிட்டு, 'ஆபீஸ் வேலை... இப்ப நீ வேண்டாம்னா போகலை...'

'அதுக்கெல்லாம் பவர் கிடையாது உங்களுக்கு, போய்ட்டு வாங்கோ.'

'கல்யாணி, நீ திரும்பி மெட்ராஸ் போகறதுக்கு இதே காரை அனுப்பிடறேன். ராத்திரி வந்துருவான். காலைல பொறப் பட்டுரு, என்ன? நான் ஹாங் காங் போனவுடனே போன் பண்றேன்.'

'ஹாங் காங்ல தங்கப் போறீங்களா?'

'ஒரு நாள்' என்றான் அவளைப் பார்க்காமல்.

'வேலையா?...'

'ஆமாம்.'

அவனை ஒரு மாதிரி பார்த்தாள்.

'என்ன பார்க்கறே... நான் பொய் சொல்றனா? எனக்கு உன்னையும் குழந்தையையும் விட்டுட்டுப் போறதில் ஏதாவது சந்தோஷமா? என்னவோ தவிர்க்க முடியாமத்தான் போறேன்.'

'ஆபீஸ்ல உங்களை விட்டா வேற யாரும் இல்லையா?'

'எதுக்கு?'

'கான்ட்ராக்ட் பாக்கறதுக்கு.'

'இல்லாமத்தானே கூப்பிடறார் மணவாளன். அதைப் புரிஞ்சுக்க மாட்டேங்கறியே...'

'போய்ட்டு வாங்கோ' என்றாள்.

'நான் சொல்றதை...'

'போய்ட்டு வாங்கோ... ப்ளேனுக்கு நேரமாயிடப்போறது...'

அவள் மேல் கோபம் வந்தாலும், அவளைப் பிடித்து முத்தம் தர ஆவல் அதை மீறியது.

'கோயில்னு பார்க்கறேன்...'

'எதுக்கு?'

'கோபத்தால் சிவந்த கன்னத்தோட உனக்கு அப்படியே முத்தா கொடுக்கலாம்னு பச்சக்குனு...'

'குடுப்பா... சமாதானமாய்டுவா' என்றாள் பெரிய மனுஷி.

சட்டென்று கன்னங்களில் இரண்டு கண்ணீர் முத்துக்கள் உருள, 'ஸாரி, ஜாக்கிரதையா போய்ட்டு வாங்கோ' என்றாள்.

'சரி'

'லெட்டர் போடுங்கோ.'

'போன் பண்றேன்.'

குழந்தையை எடுத்து நீட்ட... ஆண்டாள் கன்னத்தை வாசனை யாக முத்தமிட்ட சாக்கில் பப்ளிக்காக கல்யாணிக்கும் ஒன்று சட்டென்று கொடுத்துவிட்டான்.

'சே! இது அமெரிக்கா இல்லை!'

'எந்த நேரத்திலேயும் பெண்டாட்டிக்கு முத்தம் கொடுக்கலாம்னு ரூல் இருக்கு' என்றான்.

ஆண்டாள் 'நேக்கு?' என்றாள்.

'உனக்கும் கண்ணு' என்று கன்னம் கன்னமாக மாற்றி முத்தங் களால் திகைக்க வைத்தான்.

'உங்களுக்கு ப்ளேன் போய்டும்.' கையைப் பிடித்து அழுத்திய போது கண்ணாடி வளையல் உடைந்தது.

'ஹாங் காக்கில தினுசு தினுசா ப்ரேஸ்லெட் எல்லாம் விக்கும், ஒண்ணு வாங்கிண்டு வரேன்' என்றான்.

நிறமற்ற வானவில் 51

‘எனக்கு?’

‘உனக்கும்...’

திரை இன்னும் திறக்கவில்லை. குட்டி யானை மணியோடு நடந்துவர, ‘நல்ல சகுனம் கிளம்புங்கோ...’

‘காரை அனுப்பிடறேன்... நீயும் கோத்தாரி மாமாவும் குழந்தையும் காலைல கிளம்பிட்டா போய்ச் சேர்ந்துடலாம்... என்ன?’

திரும்ப கல்யாண வீட்டுக்கு வந்தபோது மாப்பிள்ளையும் பொண்ணும் ரிசப்ஷனுக்கு ட்ரஸ் பண்ணிக்கொண்டிருந்ததாகச் சொன்னார்கள். கோத்தாரி மாமாவிடம் சொன்னான். ‘கவலையே படாத கண்ணா, நான் கல்யாணியையும் குழந்தையையும் அழைச்சுண்டு போய் வீட்டில சேர்ப்பிச்சுட்டு உங்க ஆபீஸ்ல தகவல் சொல்லிடறேன்.’

‘என் பி.ஏ குணான்னு இருக்கா மாமா... அவகிட்ட சொன்னா நாங்க எங்க இருந்தாலும் டெலக்ஸ் அல்லது ஃபாக்ஸ் அனுப்பிச்சிருவா...’

‘சரி சரி போய்ட்டுவா. என்னவோ ரொம்ப நாளைக்குப் பிரிஞ்சிருக்காப்பல ஆர்ப்பாட்டம் பண்றியே!’

அமெரிக்கப் பயணத்துக்கு வேண்டி துணிமணிகளை கல்யாணி பேக் பண்ணி கச்சிதமாக வைத்திருந்தாள். மீசை கத்தரிக்கோலைக் கூட மறக்கவில்லை. ஹாங் காங் போனவுடன் போன் பண்ண வேண்டும். தினம் தினம் அவளுடனும் குழந்தையுடனும் பேசியாக வேண்டும்!

பெங்களூர் போய்ச் சேர்ந்தபோது ஃப்ளைட் இரண்டு மணி நேரம் லேட் என்று தெரிந்தது. ‘சே! பெருமாள் சேவித்துவிட்டு வந்திருக்கலாம்’ என்று தோன்றியது.

ஏர்பஸ் விமானம் சோம்பேறித்தனமாக வந்து சேர்ந்தது. பேக்கேஜையெல்லாம் அடையாளம் காட்டிப் புறப்படுவதற்கு இன்னமும் அரை மணி கூடுதல் லேட்டாகியது.

பம்பாய் போய்ச் சேர்ந்து செண்ட்டார் ஓட்டலுக்குப் போவதற்குச் சமயம் இல்லாமல் நேராக ஸஹார் விமான நிலையம் போனான். மணவாளன் நகத்தைக் கடித்துக்கொண்டு காத்திருந்தார்.

'என்னடாப்பா இத்தனை லேட்டு? நீ இல்லாம நான் எப்படித் தனியாகப் போக முடியும்? நல்ல வேளை வந்து சேந்தியே...'

ஏர்போர்ட் டாக்ஸ் கட்டிவிட்டு, கஸ்டம்ஸ் எமிக்ரேஷன் போன்ற சமாசாரங்களின் ஊடேகூட என்னவோ மறந்துவிட்டோமோ என்ன என்ன என்று மனது அலைந்தது. ஏதோ ஒரு விதத்தில் குறையாக இருந்தது. என்ன என்று சொல்ல முடியவில்லை. பிஸினஸ் க்ளாஸில் அதிகம் கூட்டமில்லை. மணவாளன் ஒரு ஸீட்டிலும் இவன் பக்கத்து ஸீட்டிலும் உட்கார்ந்துகொள்ள, மணவாளன் ஸ்காட்ச் கொண்டுவரச் சொல்லி இவனையும் கட்டாயப்படுத்துவதை அந்த தாய் பெண் புன்னகையுடன் கவனித்துக்கொண்டிருந்தாள். 'மணவாளன் சார், ஒயின்லயே எனக்கு மயக்கம் வந்துரும்.'

'அதெல்லாம் பழகணும்ப்பா... என்ன நீ? பொண்டாட்டி யெல்லாம் விட்டு வந்தப்புறமும் பயப்படறே? இதப்பாரு... இந்த அமெரிக்க ட்ரிப்புங்கறது ஒரு வாரத்துக்கு எல்லாத்தையும் மறந்துட்டு இருக்கணும். ஒருநாள் ஹாங் காங்ல ஹால்ட் எதுக்கு?'

'என்னது... ஹால்ட் பண்ணப் போறமா?'

'ஆமாம்.'

'எதுக்கு?'

'கேக்றதைப் பாரு... நூறு டாலர்'

'மணவாளன் சார்! இதை முன்னாலேயே எங்கிட்ட சொல்லி யிருக்கணும் நீங்க. அநாவசியத்துக்கு கல்யாணத்தை துறந்துட்டு வந்திருக்கேன்.'

'கல்யாணம் வரும் போகும். என்ன... உன் கல்யாணமா இருந்தா முழுக்க இருக்கணும். சரி, யாரோ நெஃப்யு கல்யாணத்துக் கெல்லாம் இருந்துகிட்டு... மற! இந்தத் தக்காளியைப் பாரு... என்ன உடம்பு பாரு... ஒரு கையில தூக்கிரலாம் போல பளபளன்னு வார்னிஷ் பண்ணாப்பல இருக்கா பாரு. போத்திவிட வருவா பாரு... நல்லா தரிசனம் ஆகும் பாத்துக்கோ... காஞ்சிபுரத்துல பாக்காதுவிட்ட தரிசனம் இங்கு கிடைக்கும்... அப்புறம் ஹாங் காங்கில என்னவெல்லாம் பார்க்கப் போறே

நிறமற்ற வானவில் 53

தெரியுமா?'

'போங்க சார்! உங்களுக்கு இதை விட்டா விவஸ்தையே இல்லை.'

'இதுலதாம்ப்பா உலகமே இயங்குது.' ஹோஸ்டஸ் கொடுத்த உஷ்ண டவலை எடுத்து முகத்தைத் துடைத்துக்கொண்டு 'ஸ¬ஸி கெட் மி அனதர்' என்றார், காலிக் கோப்பையைக் கொடுத்து. கிருஷ்ணமூர்த்தி ஜன்னலோரம் பார்த்தான். நிலா பூமியைத் துடைத்துவிட்டிருந்தது. ஏதோ ஒரு நகரம் வெளிச்சக் குப்பலாகத் தெரிந்தது. காஞ்சிபுரம் போல என்று எண்ணிக்கொண்டான். இந்த நேரம் கல்யாண ரிசப்ஷன் முடித்து எல்லோரும் சாப்பிட்டுவிட்டுப் படுத்திருப்பார்கள். கல்யாணி குழந்தையை அருகில் விட்டுக்கொண்டு கண்மூடியிருப்பாளோ, இல்லை என் அக்காவின் பெண்களுடன் அரட்டை அடித்துக் கொண்டிருப் பாளோ? அவர்கள் பம்பாய் பேச்சு அவளுக்குப் பிடிக்காது. கோத்தாரி மாமா சீட்டாடிக் கொண்டிருப்பார். கோத்தாரி என்று அவருக்கு எப்படிப் பெயர் வந்தது? கிருஷ்ணசாமிதான் அவர் பெயர். கோத்தாரி கம்பெனியில் வேலை செய்து ரிட்டயர் ஆனதால் அந்தப் பெயர் நிலைத்துவிட்டது. சர்க்கரை ஆலையைப் பற்றி ஏதாவது கேட்டுவிட்டால் போதும். போர் அடித்துத் தள்ளிவிடுவார். ஆண்டாள் என்ன செய்து கொண்டிருக்கும்? கடிகாரத்தைப் பார்த்தான்... இரவு ஒரு மணி! தூங்கித்தான் போயிருக்கும். ஆண்டாளுக்கு நல்ல சைனா ஸில்க்கில் ஒரு உடை வாங்கி வரவேண்டும். மணவாளன் என்ன வேண்டுமானாலும் செய்துவிட்டுப் போகட்டும். அநியாயம்! அநாவசியத்துக்குக் கல்யாணத்திலிருந்து என்னைப் பிடுங்கி ஹாங்காங்கில் இவன் பின்னால் அலையவேண்டும் என்று என்ன தலைவிதி? முதல் காரியமாக பார்ட்னர்ஷிப்பைக் கலைத்து வேறு கம்பெனி ஆரம்பிக்க தைரியம் இருக்கிறதா? அதுக்கெல்லாம் சாமர்த்தியம் கிடையாது எனக்கு.

எட்போனில் பாப் சங்கீதமும் ஸிம்ஃபனி சங்கீதமும் கிடைத் தாலும் மனம் நாடவில்லை. புத்தகம் படித்தான். சற்று விளக்கை அணைத்துவிட்டு இருக்கையை ஏறத்தாழ படுக்கையாக்கித் தூக்கிப் போனான்.

பெனின்சுலார் என்ற பல மாடி ஓட்டலில் தங்க ஏற்பாடாகி யிருந்தது. கிழக்கித்திய இருட்டினால் மணி என்ன என்று

குழப்பமாக இருந்தது... பார்த்த இடமெல்லாம் உடம்பெல்லாம் விளக்காகக் கட்டடங்களையும், தீவின் நரம்புகள் போல ஊர்ந்து சென்ற கார் வரிசைகளையும், பெரும்பாலும் கடலுக்குள் துருத்திக்கொண்டிருக்கும் விமான நிலையத்தின் அருகில் மிதந்த விமானங்களையும் கவனிக்க விருப்பமின்றிக் களைத்திருந்தான். ஆகாரமாக ப்ளேனில் தின்னக் கொடுத்தது, வயிற்றில் அஜீரண மாக இருந்தது. சாவிக்குப் பதிலாக அவர்கள் கொடுத்த அட்டையைப் பயன்படுத்தாமல் திணற... மணவாளன் வந்து உதவி ரூமுக்குள் நுழைந்து படுக்கையில் உட்கார்ந்துகொண்டு போனை எடுத்தார்...'இப்பவே தொடங்கிரலாமா?'

'என்ன?'

பதில் சொல்லாமல் பட்டன்களை ஒத்தினார். கொஞ்ச நேரம் விட்டு தணிந்த குரலில் பேசினார். போனை, வைத்து அவனைப் பார்த்து கண்ணடித்தபோது அந்த நிமிஷமே அவரை வதம் பண்ணலாம் போலத் தோன்றியது.

'வரும் பாரு...'

'ஷாம்பேன்லாம் இப்ப வேண்டாம். கான்ட்ராக்ட் முடிஞ்சப்புறம் அமெரிக்காவில் வெச்சுக்கலாம்...'

'ஷாம்பேன் இல்லையப்பா... அது கோடு வேர்டு...'

'பின்ன என்ன இப்ப?'

'வெயிட்! பதட்டப்படறே?' என்று அவர் தன் அறைக்குச் சென்றார்.

டிவியில் ரத்தமாகச் சேதம் பண்ணிக்கொண்டிருந்தார்கள். ஜன்னலுக்கு வெளியே இருந்த மாய நகரம் புரியவில்லை. களைப்பாக இருந்ததால் படுத்துவிட்டான்.

எப்போது என்று சொல்ல முடியாமல் சட்டென்று எழுந்தான். ஏஸி இருந்தும் உடம்பெல்லாம் வியர்த்திருந்தது. போன் பண்ணலாம் என்றால் ரூம் நம்பர் மறந்திருந்தது. எங்கே இருக் கிறோம் என்றே பிரமிப்பாக இருந்தது. பக்கத்தில் கல்யாணியை யும் ஆண்டாளையும் தேடினான். இது வேறு தேசம்... வேறு அறை... வேறு நேரம் என்று புரிய சிரமப்பட்டான்.

அறையின் அழைப்புமணி ஒலித்தபோது மெள்ள லுங்கியைச் சரிப்படுத்திக் கொண்டு திறந்ததில் அந்தப் பெண் உள்ளே நுழைந்து தன் கூந்தலை விடுவித்து படுக்கையில் உட்கார்ந்தாள்.

'ஹூ ஆர் யூ?'

'ரூம் நம்பர் த்ரீ எய்ட் ஸிஸ் கிவ் யூ நைஸ் டைம் அண்லட் டாலர் எக்ஸ்ட்லா.' அந்த சீனப் பெண் ஸ்லிப்பரிலிருந்து தொடங்கி தன் சகல உடமைகளையும் நீக்க ஆரம்பித்தாள்.

அத்தியாயம் ஏழு

அந்தப் பெண்ணுக்கு கிருஷ்ணமூர்த்தி இருப்பதோ மறுப்பதோ பொருட்டாக இல்லை. மெஷின்போல செயல்படத் தொடங்கினாள். கிருஷ்ணமூர்த்தி, 'என்ன இது, மணவாளன் வம்பு பண்ணிவிட்டுப் போய்விட்டார்' என்று, ஓட்டல் காகிதத்தில் எங்கேயோ குறித்து வைத்திருந்த அவர் ரூம் நம்பரைத் தேடினான்.

இதற்குள் அந்தப் பெண், உடம்பு நிறத்திலிருந்த கால் ஸ்டாக்கிங்ஸை உரித்துக் கீழே போட்டாள். 'ஆடல் ஸ்காச்' என்றாள். 'கிவ் யூ நைஸ் டைம் வித் ஸ்காட்ச் ஊலலா...' என்றாள். மொத்த பாஷையே பத்து வார்த்தைகளுக்குள் அடங்கும்போல இருந்தது. எதற்கெடுத்தாலும் 'நைஸ் டைம்'தான். இறுதி யாக மணவாளனின் ரூம் நம்பர் கிடைத்து டயல் செய்தபோது, கழுத்தைச் சுற்றியிருந்த ஸ்கார்ஃப் போன்ற சமாசாரத்தை விலக்கினாள். பவழ நிறத்தில் சின்ன ஒரு மாலை அணிந்திருந்தாள். அதன் மையத்தில் ஒரு பூ டிஸைன் தொங்கிக் கொண்டிருக்க, அதை முத்தமிட்டுக் கொண்டு மேற்காரியத்தில் ஈடுபட்டாள்.

'மணவாளன் சார்... என்ன சார், யாரையோ ரூமுக்கு அனுப்பிச்சிருக்கீங்க... எங்கிட்ட கேட்க வேண்டாமா?'

'யாரையோ இல்லைப்பா. பேர் கேட்டுக்க, தினம் பூரா சிசுருஷை பண்ண வந்திருக்கா. வெச்சுக்கோ. என்ன கேட்டாலும் கொடுப்பா. முழு நாளைக்கும் பேசி வெச்சிருக்கேன்.'

‘மணவாளன், இது அநியாயம். நான் கல்யாணம் ஆனவன்.’

‘அது மெட்ராஸ்ல... நான் மட்டும் கல்யாணம் ஆனவன் இல்லையா? இப்ப எதுக்கு என்னை டிஸ்டர்ப் பண்றே? லின்னிட்ட பத்திரமா மச்சம் எண்ணிண்டு இருக்கேன்.’

அப்போது அந்தப் பெண் சுதந்தரமாகத் தன்னைத் தளர்த்திக் கொண்டு படுக்கைக்குள் புகுந்து போர்த்திக்கொண்டாள்.

‘மை காட்! என்ன சார் சிக்கல்!’

மணவாளன் முனையிலிருந்து பதில் இல்லை. போனை வெறுப்புடன் பார்த்துவிட்டு, ‘மிஸ்! வாட்ஸ் யுவர் நேம்?’

‘ஊ’ என்றாள்.

மொத்தமே ஒரு எழுத்துத்தானா? போச்சுரா! ‘இதுபார் ஊ... நீ எனக்கு வேண்டாம். டோண்ட் வாண்ட் யூ!’

அவள், ‘ஊ கிவ் யு நைஸ் டைம்’ என்றாள்.

‘டோண்ட் வாண்ட் நைஸ் டைம்.’

‘டோவா நத்திங்?’ என்ற பட்டாம்பூச்சிக் கண்களால் பார்த்து, ‘வான் ஸ்ரீப்? கிவ் மி போன் நம்பர், கால் யு லேட்டர்...’

‘ஆம், லேட்டர்... லேட்டர்...’

‘கிவ்மி க்ஸ்ட்லா டாலர்?’ என்றாள்

‘கொடுக்கறேன், வெளிய போடீ முதல்ல...’

‘பாடன் வாட் லாங்வேஜ் யு ஸ்பீக்?’

‘டமீல்.’

‘டமீல் வாண் டீச் மி டமீல்.’

‘ஐய்யோ... ஒரு ஹாங் காங் கால்கேர்ளுக்குத் தமிழ் கற்றுக் கொடுக்கவா என்னை அழைத்து வந்தே மணவாளா! மணவாளா!’ என்றான். சிரிப்பு வந்தது. அவளும் சிரித்துக்கொண்டு சாவகாசமாகப் புத்தாடை அணிந்துகொள்ளத் தொடங்கினாள். போர்வையைப் பிரித்தபோது உள்ளுக்குள் அவள் உடல் பளீரென்று முகத்தில்

அடித்தாற்போல் அத்தனை வெண்மையாக இருந்தது. ஒரு கணம் சபலத்தில் 'வெய்ட்' என்றான்.

'வாமி டு மி ஸ்டே நைஸ் டைம் பே மி டாலர்.'

அவளை முதன்முதலாக ஒரு பெண்ணாகப் பார்த்தான். பதினெட்டுக்கு மேல் இருக்காது போல இருந்தது. கன்னத்து எலும்புகள் உயர்ந்து கண்களுக்குப் பதில் சாஸ்திரத்துக்கு இரண்டு கீறல்கள். மஸ்காராவோ என்னவோ போட்டு மிகைப்படுத்தி யிருந்தாள். லிப்ஸ்டிக் யுத்தகளத்தை ஞாபகப்படுத்தியது. விரல் நகங்கள் பவழ நிறத்தில் சாயம் பூசியிருந்தாள். கைப்பையில் சிகரெட் பெட்டி வைத்திருந்ததை எடுத்து உதட்டில் பொருத்தி தங்க நிற லைட்டரால் உயிர் தந்து புகையை விடுவித்தாள். கச்சித மான மார்பு. கச்சிதமான உடல். இன்னமும் தொழிலின் ஆயாச மும் சுவடுகளும் காயங்களும் படியாத உடல். அவள் முகத்தை வலது கையால் பற்றிக் கன்னத்தில் தடவிக் கொடுத்தான். 'சேஞ்ச் மைண்ட்? 'என்றாள்.

மணவாளனுக்கு போன் பண்ணினான். 'என்னப்பா... கொஞ்ச நேரம் ஒரு ஆளைத் தொந்தரவில்லாம...'

'மணவாளன், இந்தப் பெண்ணுக்கு பேமெண்ட் பண்ணிட்டீங் களா?'

'அதெல்லாம் க்ரெடிட் கார்டில போய்ரும், உனக்கென்ன?'

'வெளியோ போகலாம்னு பார்த்தேன்.'

'போ...'

'நீங்க வரலையா?'

'எனக்கு ரூம்லயே போதும்பா. பூச்சி பறக்கறது...'

'வெளியே தனியா போறதுக்கு தயக்கமா இருக்குது.'

'அப்ப ஒரு பதினஞ்சு நிமிஷம் இரு. வர்றேன். லெட் மி ட்ரஸ் அப்.'

'சரி...'

அவளருகே செண்ட் வாசனை மூக்குக்குச் சம்மதமாக இருந் தாலும் மூளைக்குச் சம்மதமில்லை...'பி இன் லவுஞ்ச். ஜாய்ன் யு இன் ஃபைவ் மினிட்ஸ்.'

அவள் தலையாட்டினாள். 'பீப்பிள் சேஸ்மி இன் லவுஞ்ச்! பேட் மேன் சேஸ்மி.'

'ஐ ஹவ் டு டேக் பாத்.'

'வாண் கிவ் யு பாத்?' என்றாள்.

'நோ!' என்றான் மிரண்டு. டூரிஸ்ட் கைடிலிருந்து நகைகளின் காட்டலாகைப் பார்த்து, 'ஃபிஃப்ட்டி டாலர்ஸ் கார்ஜியஸ்' என்று ஏதோ பிச்சிலி நகையைக் காட்டினாள்.

'இரு' என்று சொல்லி பாத்ரூமுக்குச் சென்று வெந்நீரின் சூட்டைப் பதம் பார்த்துக்கொண்டிருக்கும்போது கண்ணாடியில் தன்னை விரலால் சுட்டுக்கொண்டான்.

'எதுக்காகடா வம்பில் மாட்டிக்கிறே? கல்யாணி, ரோஜா, பெண்டாட்டி, பெண்ணுன்னு இருக்கறப்போ ஏன் கிடந்து குப்பையைத் தலையில் வாரிக் கொட்டிக்கிறே?' இந்தியாவுக்கு போன் பண்ணி பேசலாமா என்று மணி பார்த்தான். இரவு எட்டரை. இப்போது இந்தியாவில் நள்ளிரவாக இருக்கும். முகத்தைக் கழுவிக்கொண்டு மெல்லத் தலை வாரிக்கொண்டு வேண்டுமென்றே தாமதம் பண்ணி வெளியே வந்தபோது அந்தப் பெண் டி.வி. பார்த்துக்கொண்டிருந்தாள். முழுவதும் உடை யணிந்திருந்தாள். புறப்பட ஆயத்தமாக அடிக்கடி கரிய தலை முடியைக் கோதிக்கொண்டே இருந்தாள். லிஃப்டில் இறங்கும் போது பொதுவாக காலிப் பார்வை பார்த்துக்கொண்டு வந்தாள். ஒரு கணம் அவள்மேல் பரிதாபமாக இருந்தது. லவுஞ்சில் மணவாளன் மற்றொரு சீனப் பெண்ணுடன் காத்திருந்தார். டாக்ஸி பிடித்து ஹாங் காங் நகரத்தின் ராத்திரி விளக்குகளின் ஊடே சென்றார்கள். வியாபார நகரம், நீச நகரம் கூட. ஆனந்த நகரம், அகதிகளின் நகரம், ஆங்கில நகரம், பணம் பெருகும் நகரம், பாவ நகரம், ஏழை நகரம், மிதக்கும் நகரம் என்று பல வடிவங்களில் ஆயிரமாயிரம் கண்களில் இரவு பூராவும் விழித்துக் கொண்டிருந்த அந்த நகரின் ராத்திரிப் பரிசுகளை ஒவ்வொன்றாகச் சுவைக்கத் தலைப்பட்டு, முதலில் ஒரு டிஸ்கோ பக்கம் போனார்கள். ஒரு காதில் கடுக்கன் போட்டுக்கொண்டிருந்த சந்தேகாஸ்பதமான இளைஞர்கள் பக்கத்தில் இருப்பதும், முத்தம் கொடுப்பதும், ஆணா, பெண்ணா தெரியாத வகையில், காற்றில் புகைவது சிகரெட் மரியுவானாவா என்ற குழப்பத்தில்

மணவாளன் தன்னுடைய பெண்டாட்டிப் பெண்ணுடன் ஏதோ காரே மூரே என்று ஆடினார். பில்லைப் பார்க்காமல் கையெழுத்து போட்டு க்ரெடிட் கார்டைக் கொடுத்தார். மணவாளன் நிறையக் குடித்தார். அவ்வப்போது ஊறுகாய்போல அவளைத் தீண்டிக் கொண்டிருந்தார். இரண்டு பெண்களும் பேசிச் சிரித்துக் கொண்டிருந்தார்கள். அவர்கள் கண்களில் அலுப்போ தயக்கமோ ஏதும் இல்லை. இருட்டில் அவன் கையைப் பற்றி எடுத்துக் கொண்டு தன்மேல் வைத்துக்கொண்டாள். கையை இறுகப் பற்றினான்.

சைனிஸ் ரெஸ்டாரண்டுக்குச் சென்றார்கள். முழுச் சிவப்பு வண்ணத்தில் கார்பெட் போட்டுத் திரைகளில் புராண மிருகங்கள் ஓடும் சித்திரத்தின் நிழலில் உட்கார, விட்டத்திலிருந்து அழுகை போல சங்கீதம் கசிந்தது. 'மணவாளன், எனக்கு வெஜிட்டேரியனா ஏதாவது ஆர்டர் பண்ணுங்க...' என்றான்.

'நானும் வெஜிட்டேரியன்தாம்பா. கவலைப்படாதே...'

அந்தப் பெண்கள் ஆர்வத்துடன் ஆர்டர் செய்த மீனோ, நண்டோ, பாம்போ முதலில் வந்தபோது அவனுக்குக் குமட்டியது. மாடி வைத்த விசைப்படகில் இரவில் தெப்பம்போல மிதந்து சென்றார்கள்.

இப்போது அந்தப் பெண் மேலும் பழக்கமாகிவிட்டாள். கேபிள் காரில் மலையிலிருந்து சமுத்திரத்துக்குச் சரியும்போது அவனை பாசாங்கு பயத்தில் கட்டிக்கொண்டாள். மணவாளன் தன் பெண்ணை பட்சணம் பண்ணிக்கொண்டிருந்தார். நீர்ப்பரப்பில் அத்தனை விளக்குகளும் நெளிநெளியாகப் பிரதிபலிக்க, சமுத்திரத்தில் துருத்திக்கொண்டிருந்த ரன்வேயில் அவ்வப் போது ஆகாய விமானங்கள் ஒளிக் கப்பல்களாகத் தத்தம் லாண்டிங் லைட்ஸ் பாய்ச்சின ஒளித்துடைப்பத்தில் வந்து வந்து இறங்க, அந்தப் பெண் அவன் மேல் ஒட்டிக்கொண்டு, 'ஹாங் காங் வெரி ப்யூட்டிஃபுல்' என்றாள்.

எப்போதோ குடித்த மது மூளைக்கு லோசாக விரிய, 'யு ஆல்ஸோ வெரி ப்யூட்டிஃபுல்' என்றான் கிருஷ்ணமூர்த்தி.

'லின்னி லின்னி' என்றார் மணவாளன் பிடிவாதமாக பசை போல் அவளுடன் ஒட்டிக்கொண்டு.

நிறமற்ற வானவில் 61

கல்லூன் பகுதிக்கு கடலடி ரயிலில் சென்றார்கள். தெருவில் திரிந்தார்கள். பெண்களுக்கு மணவாளன் கணக்கில்லாது வாங்கித் தள்ளினார்.

'இனிமே தாங்காதுப்பா. ரூமுக்குப்போய் படுத்துரலாம். காலைல ப்ளேன் பிடிக்கணும்' என்றார்.

'பொண்ணுங்களை அனுப்பிச்சரலாமா மணவாளன்?'

'சே! கொடுத்த காசுக்குப் பாதிதான் செரிச்சிருக்கு. இனிமேதான் இருக்கு.'

'என்ன?'

'பாரேன் ரூம்ல அட்டகாசத்தை.'

'வேண்டாம் மணவாளன்... டெம்ப்ட் பண்ணாதீங்க.'

'இந்த பத்தினி வேஷம்தானே வேண்டாம்ங்கறது? வீட்டையும் இதையும் போட்டுக் குழப்பாதே. ஃபாமிலியைச் சந்தோஷமா வெச்சுக்கலையா நாம?'

'வெச்சிருக்கமே...'

'பெண்டாட்டிக்கு வேண்டிய நகை புடவை எல்லாம் வாங்கிக் கொடுக்கறதில்லையா?'

'கொடுக்கறோம்.'

'பின்ன என்ன...?'

'மனசாட்சி விசுவாசம்...'

'எல்லாத்தையும் டெம்பரவரியா கழட்டிரு. போஸ்ட்போன் இட் ராஜா! ரெண்டு பேரையும் மாத்திக்கலாமா?'

'எனக்கு ஊ பழகிட்டா.'

திரும்ப ஓட்டல் அறையை வந்தடைந்தபோது முதல் காரியமாக 'வேக் அப்' காலுக்குப் பதிவு செய்தான். அந்த பெண்ணைப் படுக்கையில் உட்கார வைத்து பாத்ரூமுக்குச் சென்று பைஜாமா வுக்கு மாற்றிக்கொண்டு வந்தான்.

'ஷோ மி யுர் ஆக்ட்' என்றான்.

அவள் இயந்திரத்தனமாக தன் மேல் சட்டையை நீக்கும்போது போனிலிருந்து விநோதமான 'க்ளிக்' சத்தம் கேட்டது. அதை எடுத்து 'ஹலோ' என்றபோது சின்தஸைஸர் குரல். 'யு ஹவ் எ மெஸேஜ்... ப்ளீஸ் கால் ஆபரேட்டர்' என்றது. ஆப்பரேட்டரைக் கூப்பிட்டபோது 'யெஸ் சார். தேர்? எ மெஸேஜ் ஃபார் யூ... ஒன் மொமெண்ட்' என்றாள். அதற்குள் அந்தப் பெண் அவனுடன் பாச்சைப் போல ஒட்டிக்கொண்டு காதின் அருகே ஊதி கையை எடுத்து உடல் மேல் சுற்றிக்கொண்டாள்.

'வெயிட்! ஐ ஹேவ் மெஸேஜ்.'

அவள் போர்வைக்குள் புகுந்து கொண்டாள்.

எங்கே, என்ன என்று புரியாமல்...

'மிஸ்டர் கிருஷ்ணமூர்த்தி... மெஸேஜ் ஃப்ரம் இண்டியா! ப்ளீஸ் கால் த்ரீ செவன் த்ரீ எய்ட் த்ரீ ஸிக்ஸ் அர்ஜெண்ட்லி...'

அந்தப் பெண்ணை விலக்கிவிட்டு 'வெய்ட்' என்று சொல்லி விட்டு இன்டர்நேஷனல் டயல் செய்வது எப்படி என்று ஓட்டல் புத்தகத்தைப் பார்த்துக் கொண்டிருந்தபோது அவன் மேல் படிந்து படர்ந்தாள்.

போனை எடுப்பதற்குள் அதுவே ஒலித்தது. மணவாளன்! குரல் தெளிவாக இருந்தது. 'மூர்த்தி, மெஸேஜ் கிடைச்சுதா?' தெளிவாக அவசரமாக...

'என்ன மெஸேஜ்?'

'உன பி. ஏ. குணா வாஸ் ட்ரையிங் டு ரீச் யூ.'

'என்ன?'

'ஆக்ஸிடென்ட்டாம்.'

'யாருக்கு... எப்ப?'

'நீ உடனே புறப்பட்டுப் போகணும் இண்டியாவுக்கு...'

'கம் டார்லிங்.'

அத்தியாயம் எட்டு

'ஐ.எஸ்.டி. கோடு, ஏரியா கோடு என்று கண்டு பிடித்து டயல் செய்வதற்குள் அந்தப் பெண் கிருஷ்ணமூர்த்தி மேல் படிந்து உரசி ரொம்பவும் இம்சை பண்ணினாள்.

'கெட் லாஸ்ட்' என்றான் எரிச்சலுடன்.

அதற்கு அவள் சிரித்து, அவன் தலையைக் கலைத்து, 'யு கிம்மி டாலர்?' என்றாள்.

ரொம்ப நேரம் அடித்ததன்பின் இந்திய மறுமுனை டெலிபோன் எடுக்கப்பட, 'ஹலோ, யாரும் இல்லீங்களே...' என்று வாட்ச்மேன் குரல் கேட்டது.

'சதாசிவம், நான்தான் மூர்த்தி பேசறேன்.'

'யாருங்க?'

'மூர்த்தி... மூர்த்தி.'

'மூர்த்தி சாரு வெளிநாடு போயிருக்காங்களே...'

'நான்தான்டா... வெளிநாட்டிலிருந்து பேசறேன். குணா எங்கே? குணா... குணா?'

'குணா அம்மா தந்தி ஆபீஸ் போயிருக்காங்க ஐயா, கிருஷ்ணமூர்த்தீங்களா?'

'ஆமாம், என்ன விஷயம். ஏதோ ஆக்ஸிடென்டுன்னு...'

'ஐயா! உங்களுக்குத்தான் பல முறை போன் பண்ண முயற்சி பண்ணிட்டு...'

‘விஷயம் என்ன சொல்லுடா மடையா...’

‘ஐயா, உங்க ஃபேமிலி காஞ்சிபுரத்திலிருந்து வர்றப்பா கார் ஆக்ஸிடெண்ட் ஆயிடுச்சாம்.’

‘எப்ப?’

‘ராத்திரின்னு தோணுது, நீங்க உடனே புறப்பட்டு... இதோ, குணா அம்மா வந்திருக்காங்க... பேசுங்க...’

உடனே குணாவின் குரல் ஒலிக்க... ‘சார், நான் குணா பேசறேன்.’

‘குணா, வாட்ஸ் திஸ்?’

‘சரியா தெரியலை சார். ஸ்ரீபெரும்புதூர் பக்கத்தில் ஆக்ஸிடெண்ட் ஆகி அங்கிருந்து போலீஸ் நிலையத்தில் செய்தி வந்தது. மை காட். உங்களை ரீச் பண்ண நான் பட்ட பாடு...’

‘குணா! ப்ளீஸ்! சீரியஸா எதும் இல்லையே...?’

‘இல்லன்னுதான் தோணுது. உடனே புறப்பட்டு வந்தீங்கன்னா... அடுத்த ஃப்ளைட்டுல புறப்பட்டு வந்தா ஏர்போட்டுக்கு கார் அனுப்பி...’

‘குணா, சீரியஸா எதும் இல்லைதானே...’

‘இலலை சார். நீங்க வந்துருங்க எதுக்கும்...’

‘கல்யாணி பேசினாளா... யார் யார் இருந்தா கார்ல...?’

‘விவரம் எதும் தெரியலை சார்.’

‘ஏன் தயங்கித் தயங்கிப் பேசுகிறாய்?’

‘ப்ளீஸ் கம் ஸூன்.’

‘குணா, நீ... எ... எனக்குக் கல்யாணிட்டருந்து போன் வந்தா உடனே நான் வரேன்னு சொல்லு. குழந்தைக்கு ஒண்ணும் ஆகலைதானே... சொல்லு குணா.’

‘விவரம் ஏதும் தெரியலை சார். நீங்க எதுக்கும் வந்துருங்க...’

போனை வைத்து உடனே மணவாளனின் அறைக்கு போன் செய்தான். அப்போது அந்தப் பெண் தோளில் கட்டிக்கொண்டு ‘பேட் நியூஸ்?’ என்றாள்.

அவள் கையைத் தள்ளக்கூடத் தோன்றவில்லை. அவன் மனத்தில் தைக்காமல் மரத்துப்போயிருந்தது.

'மணவாளன் சார்... குணாகூடப் பேசினேன்.'

'மூர்த்தி, உனக்கு ஏர் இண்டியா ஃப்ளைட்டுல புக் ஆயிருக்கு. இன்னும் ஒண்ணரை மணியில் கிளம்பறது. யு'ல் ஜஸ்ட் மேக் இட்.'

'என்ன ஆயிருக்கும் சார்?'

'ப்ளைட் டிக்கெட்டை லாபி டெஸ்க்ல வாங்கிக்க. நேரா டெல்லிக்கு ஃப்ளைட். அங்கிருந்து கனெக்டிங் ஃப்ளைட் ஏர்லி மார்னிங் இருக்கும். அதைப் பிடிச்சு...'

'மணவாளன் சார்... அவ ஏதும் சீரியஸ்னு சொன்னாளா? யாராவது...?'

'நீ என்ன பண்ற? எல்லா லக்கேஜையும்விட்டுரு. எல்லாம் நான் பார்த்துக்கறேன்.'

'ப்ளீஸ் டெல் மீ... இஸ் இட் சீரியஸ்?'

'கொஞ்ச நேர மௌனத்துக்குப் பிறகு 'இட் இஸ், இட் இஸ் நாட்' என்றார்.

'கமான், கிவ் மீ த பேட் நியூஸ்!'

'எதுவும் வெவரமா தெரியலைப்பா. டோண்ட் வேஸ்ட் டைம். பி ப்ரேவ். நான் லவுஞ்சில காத்திருக்கேன். வில் கம் டு தி ஏர்போர்ட்.'

ஏன் விவரமாகப் பேசமாட்டேன் என்கிறார்?

உடனே எழுந்து பாஸ்போர்ட் சமாசாரங்கள் அடங்கிய கைப்பையை மட்டும் எடுத்துக் கொண்டு கிளம்பினான்.

'வேர் யு கோயிங்?'

அப்போதுதான் திரும்பி அவள் இருப்பதை உணர்ந்தான். 'அட நீ ஒரு கிரகச்சாரம். ஆக்ஸிடென்ட் அட் ஹோம். வொய்ஃப் சைல்ட்.'

'ஐம் ஸாரி. யு பே மி நௌ?'

'பேமேண்ட் இன் அதர் ரூம் மிஸ்டர் மணவாளன்.'

'நோ மணவால நோ... பே மி நௌ அண் கோ' எனறு அவன் கையைப் பிடித்தாள்.

'யு ஸ்டுப்பிட்' என்று அவள் கையை உதறித் தள்ளிவிட்டுப் புறப்பட, அவள் திடீரென்று புறப்பட்ட தைரியத்துடன், 'பேமி நௌ, பே மி டாலர்' என்றாள். அவன் இடுப்பைக் கட்டிக் கொண்டு நகர மறுத்தாள்.

'ஐயோ, கடவுளோ... ஐம் இன் எ ஹர்ரி!'

'பே மி டாலர் அன் லீவ். நோ ஃப்ரீ ஷோ இன் ஹாங்காங். இண்ட்யன்ஸ் சீட்டிங்...'

இதற்குள் கதவின் மணி ஒலிக்க, கதவைத் திறக்க, மணவாளன். 'என்ன இன்னும் கிளம்பலையா?'

'இந்தப் பொண்ணு விடமாட்டங்கறா...'

அவளை மணவாளன் அலட்சியமாகப் பார்த்து, 'டார்லிங், ஐ பே! லீவ் ஹிம்' என்று தன் பர்ஸைத் திறந்து காட்டினார்.

'ஐ கம் வித் யு' என்றாள்.

'எதுக்காக? இவளை அப்பவே அனுப்பிச்சிருக்கலாமே?' என்றார் மணவாளன். அவர்மேல் மிகவும் எரிச்சலாக இருந்தது.

'நீங்களே கேக்காம ஏற்பாடு பண்ணிட்டு இப்படிக் கேக்கறது நியாமில்லை' என்றான்.

'இன்னும் கொஞ்சம் 'பார்க்கிங் மீட்டர்' பாக்கியிருக்கு. ஆல்ரைட் பி வித் மி' என்றார் மணவாளன்.

டாக்ஸியில் அவளும் இவர்களுடன் ஏறிக்கொள்ள, 'திஸ் இஸ் அப்ஸர்ட், டெரிபிள்' என்றான். 'மணவாளன் எதாவது மறைக்கிறீங்களா? ப்ளீஸ், சொல்லிடுங்க.'

'ஒண்ணும் விவரம் தெரியலைப்பா. சரியாவே கேக்கலை.'

'சீரீயஸ்னு சொன்னீங்களே?'

'ஹாங் காங் வெரி ப்யுட்டிஃபுல்' என்றாள் வேசி.

'ஷட் அப்!'

'போன் சரியா கேக்கலை மூர்த்தி. டோண்ட் ஒர்ரி. எதும் தீவிரமா இருக்காது. போய் விசாரிச்சுட்டு எனக்கு போன் போடு. அதுவரை ஹாங் காங்லயே இருக்கேன். நீ இல்லாம அமெரிக்கா போக விருப்பமில்லை. எல்லா ப்ரொக்கராமும் அப்செட் ஆறது.'

ஏர் இண்டியா கவுண்டரில், 'லாஸ்ட் கால் ஃபார் மிஸ்டர் மூர்த்தி. பாசஞ்சர் டு டெல்லி' என்று அழைத்துக்கொண்டிருந்தார்கள். கண்ணாடி வழியாக மணவாளனுக்கு டாட்டா காட்டும்போது அவர் அந்தப் பெண்ணின் இடுப்பை வளைத்துக்கொண்டிருந்தார். கஸ்டம்ஸ் இமிக்ரேஷன் எல்லாம் விரைவில் முடிந்து, டிப்பார்ச்சர் கேட்டுக்கு ஓட வேண்டியிருந்தது. ஏரோ ப்ரிட்ஜ் மூலமாக ஜே கிளாஸ் இருக்கையில் போய் உட்கார்ந்தவுடன்தான் வயிற்றில் பரவியிருந்த பயத்தை உணர்ந்தான்.

'என்ன ஆகியிருக்கும்? கார் ஆபீஸ் கார்தானே, இல்லை டூரிஸ்ட் கார்தானே... ராஜுதானே டிரைவர்... மெள்ளத்தானே ஓட்டி யிருப்பான். அடிகிடி பட்டிருக்கவேண்டும். குழந்தை விஷமம் பண்ணி டிரைவரைக் கவனம் கலைத்திருக்குமோ? இல்லை... முன் ஸீட்டில் உட்கார வைத்திருக்க மாட்டாள் கல்யாணி. அவள் ஜாக்கிரதை. வேறு ஏதாவது விபரீதமாக... இந்தக் கோத்தாரி மாமா ஏன் போன் பண்ணவில்லை? அவருக்கும் கால் போயிருக்க வேண்டும். எதற்காகப் போட்டுக் குழப்புகிறாய்? பத்து மணி நேரத்தில் தெரியப்போகிறது.'

ஹாஸ்டஸ், 'ஹாட் டவல் வேண்டுமா' என்றாள்.

கொடுத்த ஹெட்போனை பக்கத்தில் வைத்துவிட்டான். வெற்றாகப் பார்த்துக்கொண்டிருந்தான். வயிற்றில் அனல்போல கனம்போல, ஒரு பயம் எபபோதும் இருந்தது. போனவுடன் டெல்லியிலிருந்து போன் பண்ணி கல்யாணியுடன் பேசியாக வேண்டும். ஆஸ்பத்திரியிலிருந்து வந்திருப்பார்கள். அவனுக்கு அந்த விபத்தின் விவரங்களை முழுவதுமாக அமைக்க முடிய வில்லை. பிரியமும் இல்லை.

'டிரைவர் ராஜுக்கும் கோத்தாரி மாமாவுக்கும் ஏதாவது ஆகி யிருக்கும். குழந்தையும் கல்யாணியும் பயந்துபோய் அதிர்ச்சியில் ஆடிப்போயிருப்பார்கள். இந்தச் சமயத்தில் கணவனின் அருகாமை வேண்டும் என்று என்னை அவசரமாக அழைத்திருப்பார்கள். எப்போது நடந்திருக்கும்? காலைதானே அவர்களைக் கிளம்பச் சொன்னேன். கைக்கடிகாரத்தைப் பார்த்தான். பைத்தியக்காரத்தனமாக

இருந்தது. இந்தியாவை விட இரண்டரை மணி கூடுதல் என்றால் இப்போது அங்கே ராத்திரி பன்னிரண்டு மணியா? டெல்லி கனெக்டிங் ஃப்ளைட் கொட்டுவாயில் இருக்கிறது. லேட்டானால் அந்த ஃப்ளைட் போய்விடும். அதைப்பற்றி எண்ணாதே. எப்படியாவது பம்பாய் வழியாகவாவது போய்ச் சேர்ந்து விடலாம்.

இப்போது சாப்பிடுவதற்கு முன் என்று ஏதோ கொண்டு வந்து கொடுத்து மெனு காட்டினாள். ஹாங் காங் பெண்ணின் குரல் காதில் ஒலித்தது. 'பே மி டாலர்.' 'கிராதகா, பெண்டாட்டி இருக்க ஒரு கழிசடையுடன் சரசம் ச்சே!' என்று உரக்கவே சொல்லிக் கொண்டபோது பக்கத்து ஸீட் தாத்தா அவனைத் திரும்பிப் பார்த்தார். ஹோஸ்டஸை அழைத்து விஸ்கி கேட்டான்.

'ஐஸ்? ஸோடா?'

'ஸம்திங் ஸ்ட்ராங். ஐ வாண்ட் டு ஸ்லீப், ஐ வாண்ட் நாட் டு ஒர்ரி! நாட் டு ஒர்ரி' என்றான் கோர்வையில்லாமல். ஹோஸ்டஸ் அவனை ஒரு மாதிரி பார்த்து ஸ்டிவர்டை அனுப்பினாள். டின்னர் வேண்டாம் என்று சொல்லிவிட்டான். அவன் முன் திரையை இழுத்து 'ஆக்ஸிடென்டல் டூரிஸ்ட்!' காட்டினார்கள். ஹெட் போனை மாட்டாமல் படத்தின் மௌனச் சலனத்தை வெறித்துப் பார்த்துக்கொண்டிருந்தான். இரண்டு விஸ்கி சாப்பிட்டும் தெளிவாக இருந்தது. இருட்டில் கார் விபத்துகள் தெரிந்து கொண்டே இருந்தன. லாரி அலறியது. கனவா, தூக்கமா என்று காரணமே தெரியாமல் அவஸ்தையில் மன பிம்பங்கள் அவனுக்குள் குழம்பின.

காலையில் டெல்லியில் மூடு பனி என்று பம்பாய்க்கு டைவர்ட் பண்ணி அவர்கள் இறங்கும்போது ஏழரை. இண்டியன் ஏர்லைன்ஸ் ஃப்ளைட் டிலே ஆகியிருப்பது தெரிந்தது. அவசரமாக ஸஹாரிலிருந்து சாந்தா க்ரூஸுக்கு ஓடி, தக்க சமயத்தில் ப்ளேன் பிடித்து, சென்னை வரும்போது பன்னிரண்டு மணி ஆகியிருந்தது.

குணாவுக்கு போன் பண்ண நேரமில்லை. ஏர்போர்ட்டுக்கு யாரும் வரவில்லை. லோக்கல் போனில் குணாவைக் கூப்பிட்டுப் பார்த்தான். அவள் இல்லை. ஆபீஸுக்கு டாக்ஸி பிடித்துப் போனான். அங்கே சதாசிவம் மட்டும்தான் இருந்தான். 'குணா எங்கய்யா?'

'ஏர்போர்ட், போயிருக்காங்க... உங்களைத்தான் பார்க்க...'

நிறமற்ற வானவில் 69

'நாசமாய் போச்சு, என்ன, எங்கே எல்லாரும்...'

'எல்லாரும் ஸ்ரீபெரும்புதூர் போயிருக்காங்க...'

'சதாசிவம், என்ன ஆச்சு ஆக்ஸிடென்டு... என்ன ஆச்சு? சரியா என்ன பேசிக்கிட்டாங்க, சொல்லுப்பா...'

'ஐயா, அவங்க பேசிக்கிட்டதிலருந்து சரியா வெவரம் தெரிய லைங்க. பெரும்புதூர்ல ஆஸ்பத்திரில வெச்சிருக்கறதா சொன் னாங்க.'

'என்ன?'

'பாடிங்களை.'

அப்போதுதான் குணா மற்றொரு டாக்ஸியில் வந்தாள். 'அட, சார், நீங்க வந்திருக்கீங்களா... வாங்க போகலாம் ஸ்ரீபெரும் புதூருக்கு.'

'வெயிட் குணா!' என்று சதாசிவத்தின் ஸ்டூலிலேயே உட்கார்ந் தான். 'சதா, வாட்டர் கொண்டுவா' என்றாள் குணா.

'குணா, வாட் ஹாப்பண்டு? உண்மையைச் சொல்லிடு...'

'சார், தேர் ஹட் பீன் அன் ஆக்ஸிடென்ட்.'

'இவனானா பாடிங்கறான், உயிருக்கு எதும் ஆபத்தா?'

'தெரியலை சார். நான் போகலை இன்னும்' என்று நேரில் பார்க்க மறுத்தாள்.

மணிக்கணக்காகச் சேர்த்து வைத்திருந்த, ப்ளேனில், பம்பாயில், அலைச்சலில், மாற்றலில் சேமித்துவைத்திருந்த அத்தனை கோபமும் வெடிக்க... 'சொல்டீ சொரணை கெட்டவளே... சரியாச் சொல்லு' என்று அலறினான். 'பொண்டாட்டி, பொண்ணுக்கு எதும் ஆகலைதானே, சொல்லு... முண்டமே. ராட்சசியே! சொல்லு... டெல் மீ யூ யூ... எல்லாரும் என்னைக் கேவலப்படுத்த றீங்களா? பொம்மை, கைப்பொம்மை மாதிரி எல்லாருக்கும் தெரியும்தானே? சொல்லுடா சதாசிவம்... ஸீட்டைக் கிழிச்சுடுவேன்!'

குணா அவனைப் பயத்துடன் பார்த்து, 'போலாம்' என்றாள்.

அத்தியாயம் ஒன்பது

காரில் போகும்போது குணா மௌனமாக வந்தாள். 'ஏதோ பெரிசாக நடந்திருக்கிறது. இவளுக்குத் தெரியும். சொல்லப் பயப்படுகிறாள். இல்லையேல் இத்தனை மௌனமா...'

'காஸெட் போடட்டுங்களா?' என்றான் டிரைவர்.

'வேண்டாம்பா' என்றாள் அவசரமாக...

'போடுப்பா' என்றான் கிருஷ்ணமூர்த்தி.

டிரைவர் சாலையைப் பார்த்துக்கொண்டே லாகவ மாக காஸெட்டைச் செருக, 'உந்தன் ராஜராகம் பாடும் நேரம் பாறை பாலூறுதே' என்று அபத்த மாகப் பாடியது. ஜன்னல் வெளியே சாலை யோரமாக ஒல்லியாக ஓர் ஊர்வலம் கடந்து கொண்டிருந்தது. ஏதோ குறைபோலும்.

'எங்க போறம் இப்ப?'

'ஸ்ரீபெரும்புதூர்தான் சார்.'

'அங்க என்ன?'

'அதுக்குப் பக்கத்திலதான் ஆக்ஸிடென்டாகியிருக் காம்.'

'என்ன ஆக்ஸிடென்டுங்க?' என்றான் டிரைவர்.

'ஒண்ணும் விவரம் தெரியலைப்பா...'

'தெரிஞ்சுண்டு எங்கிட்ட சொல்லாம இருக்காங் கப்பா...'

குணா அவனை நீர் வரம்பிட்ட கண்களால் பார்த்து 'சார், நான் உங்கிட்ட எதையும் மறைப்பேனா?'

அவள் கையை இறுக்கப் பிடித்து, 'குணா, எனக்கு ஒரு ப்ரிமானிஷன் மாதிரி தோன்றது... என்னவோ ரொம்ப கெடுதலா ஆயிருக்கு.'

'அதெல்லாம் இல்லை சார்!' கையை அழுத்தினாள். கண்ணீர் தன்னிச்சையாகக் கன்னங்களில் உருள, கறுப்புக் கண்ணாடி போட்டுக் கொண்டான். ஹாங் காங்கில் வாங்கியது.

'மாம்பாக்கத்துக்கும் வடமங்கலத்துக்கும் இடையில்தாங்க பெரும்பாலும் விபத்துங்க ஏற்படுது. அதும் இந்த சைக்கிள் காரர்களால வர்ற வினை. புல்லுக்கட்டு, பால்கேனு எல்லாத்தை யும் ஏத்திக்கிட்டு கட்டுப்பாடில்லாம பூந்துருவாங்க. அவங்களை விட்டு ஒதுங்கறப்பவே மரத்தில் மோதிச் செத்தவங்க உண்டு. அதும் அங்க ஒரு டர்னிங் இருக்குதுங்க... பயங்கரம். ரொம்ப உஷாரா போவணும்... எதுத்தாப்பல வர்றது தெரியவே தெரியாது. திடீர்னு லாரி வந்துரும்.' கொஞ்ச நேர மௌனத் துக்குப் பிறகு, 'இது எப்படி ஆக்ஸிடென்ட்?'

'ஒண்ணும் தெரியலைப்பா' என்றாள் குணா.

'பெரும்புதூர்ல எங்கங்க?'

'தாலுகா ஆஸ்பத்திரினு சொன்னாங்க. எங்க இருக்கு தெரியுமா?'

'பைப்பாஸ் ரோடுங்கிட்டவே ஊருக்கு வெளியே இருக்குது. ஊருக்குள்ள போகவேண்டாமே...'

கிருஷ்ணமூர்த்திக்கு அவர்கள் பேசுவது கனவில் போல் கேட்டது. 'கடவுளே, நீ இருந்தால் எந்தக் கடவுளாக இருந்தாலும், எந்த ஸ்வாமியாக இருந்தாலும்... கர்த்தரோ, அல்லாவோ, பெருமாளோ, சிவனோ, பிள்ளையாரோ, புத்தனோ... இந்த ஒரு முறை மனைவிக்கும் மகளுக்கும் ஏதும் இல்லை என்ற சேதி சொன்னால் மொட்டை போட்டுக் கொள்கிறேன். தரையில் உருள்கிறேன். நூறு பேருக்குச் சாப்பாடு போடுகிறேன். கல் உடைக்கிறேன். தண்ணீர்த் தொட்டி கட்டுகிறேன். தினம் ஒரு அநாதைக்குப் பசியாற்றுகிறேன். ரத்தம் வழிய முதுகில் வேல் குத்தி தேர் இழுக்கிறேன்.'

ஊருக்கு உள்ளே போகும் ரோடு பிரியுமுன்னம் அறிஞர் அண்ணா அரசினர் மருத்துவமனை இருந்தது.

'இங்க தானாப்பா?'

'இதுதாங்க தாலுகா ஆஸ்பத்திரி.'

வாசலில் போலீஸ்காரர்கள் நின்று கொண்டிருந்தார்கள். அக்கா சரோ அவனைக் கண்டதும் கூக்குரலிட்டு அழ ஆரம்பித்தாள்.

'ஐயோ! மூர்த்தி, மூர்த்தி! நம்மளையெல்லாம் கண்கலங்க விட்டுட்டுப் போய்ட்டாளே...'

'யாரு... யாருக்கா?'

'குழந்தை என்ன ஆச்சு? குழந்தை என்ன ஆச்சு?' என்றாள் குணா.

'மூர்த்தி! மூர்த்தி!' என்று புடைவைத் தலைப்பால் வாயை மூடிக்கொண்டு நெற்றியைச் சுருக்கிக் கொண்டு சரோ கதறினாள். குணாவும் அழுதுகொண்டிருந்தாள். போலீஸ் அதிகாரி வந்தார்.

'இவர் யாருங்க?'

'அவர்தாங்க ஹஸ்பண்டு.'

'வெளிநாட்டுக்குப் போயிருந்ததா சொன்னீங்களே. அவரா?'

'ஆமாங்க.'

'நல்லவேளை... வந்து சேர்ந்தீங்க, இங்க பாடிங்களை வெக்கற துக்கு ஏ.ஸி இல்லைங்க... மெட்ராஸ் அனுப்பறதா இருந்தோம். இன்னும் போஸ்ட்மார்ட்டம் பண்ணலை. நேரா அனுப்பிச் சுரலாம்னா...'

'என்ன ஆச்சு? என்ன ஆச்சு?'

'இவருக்கு விவரம் தெரியாதுங்களா?'

'ப்ளீஸ், யாராவது சரியாச் சொல்லுங்களேன்.'

போலீஸ் இன்ஸ்பெக்டர் இளைஞர். பச்சை வெயில் கண்ணாடி போட்டுக் கொண்டிருந்தார். யூனிஃபார்ம் முறைப்பாக, திருத்தப் பட்ட மீசை, மோட்டார் சைக்கிள் சகிதம், 'இவரு யாரு?'

'கிருஷ்ணமூர்த்தி.'

'மிஸ்டர் கிருஷ்ணமூர்த்தி! உங்க மனைவியும் மத்தவங்களும் கார்ல வந்துக்கிட்டு இருக்கறப்ப எதுத்தாப்பல லாரி டர்னிங்கில ஹெட் ஆன் கொலிஷன் ஆயி மூணுபேரும் இறந்து போய்ட்டாங்க... ஸாரி.'

'குழந்தை?'

'குழந்தையைச் சேர்த்துத்தான். டிரைவர் பிழைச்சுட்டான். நெனவில்லாம கெடக்கான். லாரி டிரைவரை அரெஸ்ட் பண்ணிட்டோம். காஞ்சிபுரத்தில் வெச்சு புடிச்சோம். ரேடியோல மெஸேஜ் கொடுத்து...'

அப்படியே அந்த இடத்திலேயே மண்ணில் உட்கார்ந்துகொண்டு விட்டான் கிருஷ்ணமூர்த்தி. 'ஏன்? எதுக்காக? ஏன்? ஏன்?' என்று கேட்டுக்கொண்டு தலையில் அடித்துக்கொண்டான். தாடை முழுவதும் மார்பில் பதிய, தனக்குள் நத்தைபோல முழுதும் சுருண்டு சத்தமில்லாமல் அழுதான். மூக்கின் நுனியில் கண்ணீர் முத்துக்கள் சொட்டச் சொட்ட...

'வாங்க பாடியைப் பாத்துருவோம். கண்ட்ரோல் யுர்செல்ப். ரொம்ப கஷ்டம்தான். என்ன பண்றது... வரீங்களா?'

'போஸ்மார்ட்டம் ரூம் கொஞ்சம் தள்ளி இருக்குதுங்க... ஜீப்பில் ஏறிக்கறீங்களா... நீங்க யாராவது கூட வாங்க. ரொம்ப ஃபீல் பண்றாரு!'

தனிப்பட்ட பகுதி. வாசலில் ஒரு ஆம்புலன்ஸ்...

'கோத்தாரி மாமா எங்கே?'

'அவர் யாருங்க? கண்ணுசாமி, சரியா பேர் கேட்டு வெச்சுக்கங்க...'

'மொத்தம் மூணு சொன்னீங்களே?'

'அதாங்க, அந்த அம்மா, குழந்தை, பெரியவரு ஒருத்தர். கதர் சட்டை போட்டுக்கிட்டு, பேர் என்ன சொன்னீங்க...?'

மெள்ள அந்த அறையை நெருங்கும்போதே 'வேண்டாம் வேண்டாம்' என்று மனத்துக்குள் மௌனமாக அலறினான்.

'இல்லை, இல்லை... இது யாருடைய துர்சொப்பனமோ... இது, இதோ, இப்போதே எழுந்திருக்கப் போகிறேன்...' 'அப்பா' என்று

ஆண்டாள் வந்து கழுத்தைக் கட்டிக்கொள்ளப்போகிறாள். நிச்சயம் இது என் நிஜமில்லை. யாருடைய கனவோ இது. இதோ மீட்சி. இதோ வானவில்!'

அறையில் ஒரு பல்பு தொங்கிக்கொண்டிருக்க, தரையில் ஒழுங் காக, வரிசையாக மூன்று போர்த்தல்கள், ஜன்னல் வழியாகப் பலர் பார்த்துக்கொண்டிருக்க, 'போங்கப்பா... போங்கப்பா...' என்ற அதட்டலின் இடையில் ஓர் உடல் சின்னதாக இருந்தது. பனை ஓலைப்பாயில் கிடத்தியிருந்தார்கள். அரசாங்கப் போர்வை யின் மூலையில் முத்திரை குத்தியிருந்தது.

'திறங்க...' என்றான் கிருஷ்ணமூர்த்தி.

'மிஸ்டர், கிருஷ்ணமூர்த்தி! பாடிங்க கொஞ்சம் ஸ்பாயில் ஆயிருக் குங்க. நேரடியா மோதலா... ஒரு மாதிரி சைடெல்லாம்...'

'திறங்க ப்ளீஸ்.'

'கிட்டப் போங்க, பரவாயில்லை...'

மெள்ள அருகில் செல்ல, காத்திருந்த சிப்பந்தி போர்வையைத் திறந்தான்.

குழந்தை ஆணடாள் முகத்தின் ஒரு பக்கம்தான் சரியாக இருந்தது. மறுபாதி ஒரு சிவப்புக் குதறலாக...

அந்த அழகான பற்களை அடையாளம் கண்டு கொள்ள முடிந்தது. கை விரல்கள் நீலமாக இருந்தன.

'நோ ஓ ஓ! இனிமே வேண்டாம்... மூடிடுங்க.'

கிருஷ்ணமூர்த்தி சொல்வதற்குள் கான்ஸ்டபிள் மற்ற உடல் களைச் சரக் சரக்கென்று திறந்தார்.

கோத்தாரி மாமா கண்ணாடியில்லாமல் வேறு மாதிரி இருந்தார். காதில் ரத்தம் உறைந்து அசட்டுச் சிரிப்பில் உறைந்திருந்தார்.

கல்யாணி கழுத்து வரை சரியாக இருந்தது கம்பியோ ஏதோ குத்தியிருக்க வேண்டும்... கருகமணி மாலையிட்டது போல ரத்தம் உறைந்து...

'இன்ஸ்பெக்டர் நகைகள் எல்லாம் எங்கே?' என்று அலறினாள் குணா...

அப்போது கவனித்தான். கல்யாணியின் காது மூக்கெல்லாம் நகையின்றி வெறிச்சாக இருந்தன.

'என்னனென்ன நகைங்க போட்டிருந்தாங்கன்னு நீங்க சொல்லணும். அது என்ன ஆச்சுன்னா... விபத்து நேர்ந்து நாங்க பாடியைப்போய் பார்க்கறதுக்குள்ள கொஞ்சம் நேரமா யிட்டுதா... அதுக்குள்ள களவாணிப் பசங்க எல்லாத்தையும் சுருட்டிருக்காங்க. நாட்டில் எவ்வளவு ஏழ்மை பாருங்க.'

'மை காட்' என்று கண்களைப் பொத்தி அப்படியே உட்கார்ந்து கொண்டு இதயத்தை அழுத்திக்கொண்டான்.

'ராத்திரி பூரா... ராத்திரி பூரா... ரோட்டில கிடந்தாங்களா?'

'ராத்திரி பூரா இல்லைங்க... எங்களுக்கு மெஸேஜ் வர்ற வரைக்கும்.'

அத்திம்பேர் அவனை அணைத்துக்கொள்ள, 'அத்திம்பேர்! ஏன் இப்படி ஆகணும்? இவா என்ன பாவம் பண்ணா?'

'ஐயோ மூர்த்தி! நானும் அதைத்தாம்பா மனசைப் போட்டு உழப்பிண்டிருக்கேன். எத்தனை கிழடுகள் இருக்கோம். போகக் கூடாது? அதுவும் இந்தப் பிஞ்சு... அது என்ன பண்ணித்து?'

'ராத்திரி பூரா... ராத்திரி பூரா கிடந்திருக்கா அத்திம்பேர்.'

'என்ன பண்றதுப்பா? விதின்னு ஒண்ணு இருக்கே...'

'நான் எதுக்கு உயிர் வாழணும்? யார் இருக்கா? யார் இருக்கா? இனிமே யாரு யாரு...'

'மிஸ்டர் கிருஷ்ணமூர்த்தி! இன்னும் போஸ்ட்மார்ட்டம் பண்ணலை. கொஞ்சம் காத்துட்டு இருக்கச் சொன்னாங்க. வேணும்னா உங்களுக்கு எப்படிச் சௌகரியமோ அப்படி...'

அக்காவின் மச்சினன் ஒருத்தன் கான்ஸ்டபிளிடம் தனியாகப் பேசினதோ, பேருக்குப் பேர் ஏதோ சொன்னதோ, அக்கா கூக்குரலிட்டதோ, குணா ஒதுக்குப்புறமாகப் போய் வாந்தி எடுத்ததோ, எதும் உறைக்காமல் பிரம்மஹத்தி பிடித்தது போல உட்கார்ந்து கொண்டான். தரையில் கிடந்த மண்ணை எடுத்துத் தலையில் தூவிக் கொண்டான்.

'மூர்த்தி அப்படியெல்லாம் பண்ணக்கூடாது.'

'கொஞ்சம் போலீஸ் ஸ்டேஷன் வரைக்கும் வரீங்களா... சில பேப்பர்ங்கள்ல கையெழுத்துப் போட்டுட்டா பாடியை ஒப்படைச் சுரலாம். இப்பவே அட்வான்ஸா டீகம்போஸ் ஆயிருக்குது. எஸ்.பி. மகேஷை உங்களுக்குத் தெரியும்னு சொன்னாங்க. லாரிக் காரனைக் கண்ணி வெச்சாப்லதான் பிடிச்சோம். மட்காடுல டாமேஜ் இருந்துருக்கு. பட்டறைல விட்டிருக்கான்.'

தரையில் உட்கார்ந்திருந்த கிருஷ்ணமூர்த்தியை நோக்கி டாக்டர் ஒருவர் வந்து, 'சார்! எம் பேரு மதன கோபால். நான்தான் ராத்திரி ட்யூட்டியில் இருந்தேன். மூணரை மணி சுமாருக்குக் கொண்டு வந்துபோட்டாங்க. டெட் ஆன் அரைவல். வெரி ஸாரி.'

'ராத்திரி... ராத்திரி ஏன் போகணும்...?'

'அதை ஏன் கேக்கறே மூர்த்தி... பிடிவாதமா ராத்திரியே கிளம்ப ணும்னு கல்யாணிதான் அடம் பிடிச்சா. ராஜு டிரைவராவது வேண்டாம்னு சொல்லியிருக்கலாம். அவனும் போலாம் போலாம் னான். என்னவோ ஸ்கூல் யூனிஃபார்ம் காலைல தெச்சு வரப்போற தாம். குழந்தை, பிடிவாதம் பிடிச்சதாம். என்னவோ சொன்னாப்பா. கால்ல ரக்கை கட்டிண்டு பறந்தா! உன்னை மாதிரி அவளும்...'

'கோத்தாரி மாமா போய்ட்டாரா?'

'ஆமாம்.'

'கல்யாணி?'

'ஆமாம்பா...'

'ஆண்டாள் ரோஜா கிருஷ்ணமூர்த்தி?'

'அழைச்சுண்டு போப்பா... சோடா கீடா ஏதாவது கொடு. மயக்கம் போட்டாலும் போட்டுரும்' என்றார் அத்திம்பேர்.

'எல்லாரும் சேர்ந்து சாவடிச்சுட்டீங்களே, அத்திம்பேர்... ராத்திரி ஏன் அனுப்பிச்சீங்க?'

'அந்த மாதிரியெல்லாம் பேசக் கூடாதுப்பா.'

அவனை பலர் கைத்தாங்கலாக அழைத்துச் சென்று காரில் உட்கார வைக்க, குணா அருகில் உட்கார்ந்து தன் மேல் அவனைச் சாய்த்துக்கொண்டாள். குரல்கள்... அர்த்தமற்ற குரல்கள்.

‘இப்படித்தாங்க போன ஆகஸ்டுல ரெண்டு குழந்தைங்க... அமெரிக்காலை இருந்து லீவில வந்தது...’

‘நகையெல்லாம் ஒரு லிஸ்ட் போட்டுக் கொடுத்தீங்கன்னா அக்கம் பக்கத்து ஊருங்கள்ல விசாரிச்சுரலாங்க, ரொம்ப மோசம்ங்க.’

‘அப்பா, அம்மா ரெண்டு பேரும் பிலாய்ல மூத்த மகனோட இருக்காங்க. தந்தி போய் சேர்ந்து அவங்க வந்து...’

வெளியே உட்கார்ந்து மரத்தடியில் எல்லோரும் காத்துக் கொண்டிருக்க... சரோ, ‘இன்னும் மாப்பிள்ளை பொண்ணுக்குத் தெரியாது... அவா அனிமூன் போயிருக்கா...’

‘தாத்தா பேரக் குழந்தைங்க?’

‘தாத்தா ஐ.ஓ.பி-ல வேலை செய்யறாரு. பிள்ளைங்க லீவுக்கு அமெரிக்காவிலிருந்து வந்திருக்கு. நல்லா தமிழ் பேசுதுங்க.’

‘எல்லா நகைகளையும் மீட்டுக் கொடுக்கறது எம் பொறுப்பு!’

மெள்ள ஒவ்வொன்றாக வெளியில் கொண்டுவந்து வேனில் ஏற்றினார்கள். கிருஷ்ணமூர்த்தி பார்த்துக்கொண்டிருந்தான். ‘அத்திம்பேர், போய்டலாம்... அங்க ஜென்ரல் ஆஸ்பத்திரில சாஸ்திரத்துக்கு ஆடாப்ஸி பண்ணிட்டுக் காத்தாலைக்குள்ள கொடுத்துர்றேன்னா. ஓப்பன் அண்ட் ஷட் கேஸ். அநியாயம்பா. இங்க நகையெல்லாம் காணாமப் போனதுக்கு ஒரு கம்ப்ளெயிண்ட் கொடுத்துட்டு...’

‘நான் சாகப்போறேன் அத்திம்பேர்’ என்றான் கிருஷ்ணமூர்த்தி.

அத்தியாயம் பத்து

அத்திம்பேரால் அவனைப் பிடிக்க முடியவில்லை. தடுக்கத் தடுக்க தாறுமாறாக இங்கும் அங்கும் நடந்தான். மூன்றுபேர் சமாதானப்படுத்தி அவனை அழைத்துச்சென்று போலீஸ் நிலையத்துக்குள் நுழைந்து, பழுப்பான காகிதங்களில் கையெழுத்துப் போட்டதெல்லாம், சரியாகச் சுரணையில்லாமல் யாருக்கோ நடப்பது போல, மனமும் உடலும் மரத்துப் போயிருந்தன. கண்ணுக்குள் ஓர் எரிச்சல் இருந்தது. கல்யாணியின் நிஜ ரூபமும் மார்ச்சுவரி ரூபமும் மனசில் குழம்ப, குழ்ந்தையின் சேதப்பட்ட பக்கம் மௌன இரைச்சல் போலக் கேட்டுக் கொண்டே இருந்தது.

குணா தந்த மாத்திரையை இயந்திரத்தனமாக வாங்கிப் போட்டுக்கொண்டான். இன்ஸ்பெக்டர் அவனிடம், 'கொஞ்சம் தாங்கிப் பாருங்க, லாரி டிரைவரைச் சந்திக்கிறீங்களா... விருப்பமா?'

அவரை நிமிர்ந்து பார்த்தான்.

'அவனை இப்ப சந்திச்சு எதும் ஆகப்போறதில்லை இன்ஸ்பெக்டர். வர்ற ஆத்திரத்தில் ஒண்ணு கெடக்க ஒண்ணு செய்தாலும் செய்திருவோம். அதனால...' என்றார் அத்திம்பேர்.

'அப்ப பாடியை எடுத்துப் போயிடறீங்களா?'

'ஆமாங்க, அங்கதான் ஜனம் அத்தனையும் இருக்குது.'

‘மணவாளன் சார் ஃபாக்ஸ் அனுப்பிச்சிருக்காராம். உடனே புறப்பட்டு வர்றதா.’

‘யார் வந்தா என்ன? போனவா வரவா போறா?’

அத்திம்பேர் வந்து முகத்தைத் துடைத்துக்கொடுத்தார். ‘அந்த மாரி எல்லாம் பேசவே கூடாதப்பா... எதிர்காலத்தில் நாம் செய்ய வேண்டியது எத்தனையோ இருக்குதுப்பா?’

‘என்ன இருக்கு அத்திம்பேர்... என்ன இருக்கு? சரோ என்ன இருக்கு எனக்கு? எனக்கு என்ன எதிர்காலம்?’

‘இருக்குப்பா... அப்புறம் சொல்றேன்’ என்றாள் சரோ.

அவன் தலையை வேனில் தடவிக்கொண்டே வந்தாள் குணா. அவள் கையை இயல்பாகத் தள்ளினான். அருகில் உட்கார்ந்திருந்தாள். ‘இவளுடன் அன்றைக்கு விளக்கு தேடிப் போனபோது நடந்ததுக்கு கடவுள் எனக்கு தண்டனை கொடுத்துவிட்டார். முத்து போல் பொண்டாட்டி இருக்க வேற்று உடலை நாடினதற்கு என்ன கொடுமையான தண்டனை பார்!’

‘எனக்காக அவர்கள் எதற்குச் சாகவேண்டும்...?’

‘யு டோண்ட் டிஸர்வ் தெம்’ என்று உரக்கவே சொல்லிக் கொண்டான்.

சென்னைக்கு அந்த மௌன ஊர்வலம் புறப்பட்டது. உடல்கள் மூன்றையும் ஆம்புலன்ஸில் அடக்க முடிந்தது. பக்கத்தில் ஒருக்களித்து ஆபீஸ் சிப்பந்தி ஒருவன் வர, மூர்த்தி, குணா, சரோ அக்கா, அத்திம்பேர், மச்சினன் என்று எல்லோரும் பின்னால் மூன்று கார்களில் வந்தார்கள். ‘பார்த்து நிதானமாவே ஓட்டுப்பா. இன்னொரு ஆக்ஸிடென்ட் வேண்டாம். லாரி டிரைவருக்கு ஒரு இம்மிகூடக் காயமில்லையாம் அத்திம்பேர்... இந்த அநியாயம் எந்த ஊர்லயாவது உண்டா?’

கிருஷ்ணமூர்த்திக்கு எல்லாமே மந்தமாகத்தான் இருந்தது. வெளியே தெரிந்த ஊர்ப்பெயர்கள் எல்லாம் மூளையில் எதும் பதிவாகவில்லை. நீராவி இன்ஜினுக்கு அருகே இருப்பதுபோல ஓர் உஷ்ணம், ஒரு உத்வேகம் உடம்பு பூராவும் விரவியிருந்தது.

சென்னைக்குத் திரும்பியபோது இருட்டாகிவிட்டது. ஹைரோட்டில் சாலையோரத்தில் இருந்த மூன்று தியேட்டர்களிலும் கும்பல்

கும்பலாக ஜனங்கள் டிக்கெட் வாங்க நின்றுகொண்டிருந்தனர். கட் அவுட்டில் கதாநாயகன் வானளாவிச் சிரித்துக்கொண்டிருந்தான்.

'நேரா பரியல் கிரௌண்ட் போகக்கூடாது. சாஸ்திரிகள் வர வேண்டாமா?'

'எந்த சாஸ்திரிகள்?'

'சொல்லிருக்கு.'

'ஒண்ணும் வேண்டாம்' என்றான் கிருஷ்ணமூர்த்தி.

'அப்படிச் சொல்லக்கூடாதுப்பா... அந்த ஆத்மாக்கள் சாந்தி அடையாது. போன உயிர் சுத்திண்டே இருக்கும்.'

'எல்லாம் பொய்... ஏதும் பண்ண வேண்டாம். ஒண்ணும் வேண்டாம். ஒண்ணும் வேண்டாம்.'

'சரி, ஒண்ணும் வேண்டாம்... நீ கொஞ்சம் தூங்குப்பா...'

'தூக்கமா இந்த ஜென்மத்திலயா...?'

'மூர்த்தி ரொம்ப டீப்பா எடுத்துக்கறப்பா... இதை.'

'பின்ன விசில் அடிக்கச் சொல்றீங்களா, இல்லை தபலாவா? தாரை தப்பட்டையெல்லாம் கொட்டுவமா?'

'ப்ளீஸ் மூர்த்தி... காம் யுர்செல்ஃப்...'

மாடி வரைக்கும் உடல்களை எடுத்துச் செல்ல வேண்டாம் என்று வாசல் முன்புறத்திலேயே கிடத்திப் பன்னீரும் ரோஜாவும் ஊதுவத்தியும் வாசனை போட்டியிட யாரோ கல்யாணியின் நெற்றியில் குங்குமம் தீற்றியிருந்தார்கள். ஆண்டாள் ரோஜா கிருஷ்ணமூர்த்தி இந்தப் பக்கத்திலே இருந்து பார்க்கிறபோது தூங்குவது போலத்தான் இருந்தது. பனை விசிறியில் விசிறிக் கொண்டிருக்க, சாஸ்திரிகள் வந்து நாலைந்து சுள்ளிகளுக்குள் சின்னதாகத் தீ அமைத்து, 'பூணூலை மாத்திப் போட்டுக் கங்கோ... பூணூல் இல்லையா, பேஷ்! ஹஸ்பண்டுதான் பண்ணணும்.'

'கோத்தாரி மாமாவுக்குப் பிள்ளை கிடையாது. அதனால இவன் தான் பிள்ளைமாதிரி.'

குணா அருகில் வந்து, 'சோடா ஏதாவது சாப்பிடறீங்களா?'

'சோடா என் கண்ணு வாயில ஊத்து. கல்யாணிக்குக் கொடு சோடா...'

'பாரும்மா அவன்கிட்ட போயி ரொம்ப இம்சை பண்ணாத. ஏற்கெனவே நொந்து போயிருக்கான்.'

சாஸ்திரிகள் மந்திரங்கள் சொல்லிக்கொண்டிருக்கும்போது கல்யாணியின் அப்பா அம்மா வந்து சேர்ந்தார்கள். 'மாப்பிளே! என் பொண்ணை ஒப்படைச்சேனே உங்ககிட்ட! தொலைச்சுட்டேளே! ஏம்மா, நீங்க யாராவது சொல்லியிருக்கக் கூடாதா? எதுக்கு கார்ல போகணும்? எதுக்கு கார்ல போகணும்? எதுக்கு கார்ல போகணும்? பூவையும் பிஞ்சையும் மிதிச்சு அழிச்சுட்டீங்களே!'

மூர்த்தி ரோபாட் போலத்தான் இயங்கினான். சுற்றுப்புறத்தில் நிகழ்ந்தது ஏதும் உறைக்காமல் இயந்திர நடை நடந்தான். இடுப்பில் வேஷ்டி கட்டிவிட்டது நழுவுவது தெரியாமல் நடந்தான். அவன் கண்களில் நீர் உலர்ந்திருந்தது. சவரமற்ற முகமும் தூக்கமற்ற கண்களுமாக இரண்டு நாளில் இருபது வருஷம் வயது அதிகரித்ததுபோலத் தோன்றினான்.

சுடுகாட்டுக்கு வந்துவிட்டார் மணவாளன். கான்டெஸ்ஸா கார் அந்தச் சூழ்நிலையில் அசம்பவமாக நிற்க, அதன் கதவைத் திறந்து இறங்கினவர் கருநீல ஸூட் அணிந்து மலர்வளையம் கொண்டு வந்து கல்யாணியின் சிதையின் அருகே வைத்துவிட்டு கிருஷ்ணமூர்த்தியின் தோளைத் தொட்டு அழுத்தினார்.

'மணவாளன் சார்... நான் தப்பு செய்தேன்! அதுக்கு இவளை ஏன் கொல்லணும்?'

'யாரும் தப்பு செய்யலை... கலெக்ட் யுர்செல்ஃப் மூர்த்தி...'

'இவா ஏன் சாகணும்?'

'மூர்த்தி சார். இங்க வாங்கோ, இந்தக் குடத்தைத் தோள்மேல் வெச்சண்டு அப்பிரதட்சணமா வாங்கோ... வர்றப்ப... பின் வழியா ஜலம் வழியட்டும்... பின்னால திரும்பிப் பார்க்காம...'

எல்லாமே குழப்ப பிம்பங்கள்... மணவாளன் டையில் ஜொலித்த ஒற்றை வைரமும், விறகும், உரிமட்டையும், வரட்டியும்,

நெய்யுடன் ஒத்துழைத்துப் புகைந்த வாசனையும், கல்யாணியின் அம்மா மயக்கம்போட்டு விழுந்ததும், கார்ப்பரேஷன்காரர்கள் டெத்சர்ட்ஃபிகேட் கேட்டதும், இவர்கள் வருவதைப் பார்த்து ஒதுங்கிய திருமண ஊர்வலமும், வேஷ்டியில் முடிந்துகொண்ட வெள்ளிக் காசும், சூரியனுக்குப் போட்டியாக மாலை நேரத்து மஞ்சளுடன் ஒன்றிப்போய் எரிந்த மூன்று நெருப்புகளும், கார்லோஸ் காஸ்டனேடாவின் Death is our eternal companion என்னும் வரியும்...

மணவாளன் மேற்கொண்டு ஏற்பாடுகளை உடனுக்குடன் கவனிக்கத் தொடங்கினார்... 'யாராவது கூட இருந்துகிட்டே இருங்க. அவனைத் தனியா விடாதீங்க... மூர்த்தி... நான் சொல்றதைக் கவனமா கேளு. இப்ப முக்கியம் நீ ஸ்திரப்படறது. ஆபீஸ் முக்கியமில்லை. வேலை முக்கியமில்லை... ஜஸ்ட் ரிலாக்ஸ். உன்னைப் பார்த்தா பேயறைஞ்ச மாதிரி இருக்கே... ஓட்டல்ல ரூம் போட்டுரலாமா? அங்க போய் இருக்கியா... வீட்டுக்குப் போறதில் ஒரு மாதிரி தயக்கம் இருக்கலாம்.'

'வேண்டாம், அங்கேயே போறேன்.'

'சொல்றதைக் கேளுப்பா... அங்க இருக்கிற பொருள்களை யெல்லாம் ஒவ்வொண்ணும் பார்க்கப் பார்க்க உனக்கு அவா ஞாபகம் வந்துண்டே இருக்கும். நடந்ததை மறக்க வேண் டாமா?'

'எதுக்கு மறக்கணும்?'

'மேற்கொண்டு உயிர்வாழ!'

'எதுக்கு உயிர்வாழணும்?'

'சரியாப்போச்சு! நீ போப்பா. போய் கொஞ்சமாவது ரெஸ்ட் எடு.'

தன் அறைக்குள் சென்று ஜன்னலைத் திறந்தான். பொம்மை தடுமாறி விழுந்தது. ஆண்டாளின் வினைல் பொம்மை. அதை எடுத்து வெறித்துப் பார்த்து, 'ஸாரி கண்ணு' என்றான். அறை முழுவதும் கல்யாணியின், ஆண்டாளின் அடையாளங்கள். கல்யாணியின் ப்ளாஸ்டிக் நகைகள்... கண்ணாடி அருகே கூட்ட மாக ஒப்பனைச் சாமான்கள்... சுவரில் பென்சில் கிறுக்கல்கள்... பாத்ரூம் கண்ணாடியில் ஸ்டிக்கர் பொட்டு... அலமாரியில் வாலன் ஸ்டீவன்ஸ் அருகில் 'சமைத்துப் பார்...' படுக்கை மேல்...

ஆண்டாளின் பள்ளிச் சீருடை புதிதாகத் தைத்து வந்திருந்தது. அவனுள் மிக மெலிசாக இதுவரை தாக்குப் பிடித்துக் கொண்டிருந்த தந்தி அறுந்தது. தீர்மானித்துவிட்டான்.

சரோ அக்காவிடம், 'கொஞ்சநேரம் தூங்கறேன்' என்று சொல்லி விட்டு உள்ளே வந்து படுத்துக்கொண்டான். 'என்னை டிஸ்டர்ப் பண்ண வேண்டாம்' என்று சொல்லிவிட்டுக் கதவைச் சாத்திக் கொண்டு, அலமாரியில் இருந்த மருந்துகளை ஒவ்வொன்றாகப் பார்த்தான். தலைவலிக்கும் தசைப்பிடிப்புக்குமான மருந்து மாயங்கள் இருந்தனவே தவிர, அவன் தேடியது இல்லை. For external application only, keep away from children போன்றவற்றைத் தனிமைப்படுத்தினான். இது போதுமா? இல்லை... அரைகுறை யாக எதையும் செய்ய வேண்டாம். எளிதான வேகமான மார்க்கம் வேண்டும். அவனிடமிருந்த ரேஸர் அனைத்தும் இரட்டை பிளேடு ப்ளாஸ்டிக் ரேஸர். பிளேடு இல்லை. 'ராத்திரி கடையில் வாங்கிக் கொள்ளலாமா? ராத்திரி வரை எதற்காகக் காத்திருக்க வேண்டும்? இப்போது வெளியே போனால் அனைவரும் சந்தேகப்படுவார்கள். பொறு... இல்லை, இப்போதே விட்டத்தைப் பார்த்தான். கட்டித் தொங்கும்படியாக மின்விசிறி மட்டும்தான் இருந்தது. உயரம் போதாது. செய்கிற காரியம் முழுமையாகச் செய்யவேண்டும். அரைகுறை கூடாது... குழாயைத் திறந்து பார்த்தான்... தண்ணீர் வரவில்லை. காஸ் அடுப்புக்கு கிச்சன் வரை செல்லவேண்டும். ராத்திரிதான் முடியும். அலமாரியில் ஒரு முழு பாட்டில் டிங்சர்ஸ் இருந்தது... அதை அப்படியே குடித்துவிட்டால்?

அனைத்தையும் வாந்தி எடுத்துவிட சான்ஸ் இருக்கிறது. பால்கனியிலிருந்து எட்டிப்பார்த்தான். குதித்தால் அடிதான் படும். பிழைக்கச் சந்தர்ப்பம் இருக்கிறது. மொட்டை மாடி? அங்கே போக விடமாட்டார்கள்.

'மூர்த்தி... மூர்த்தி...' கதவு தட்டப்பட, திறந்தான்.

'என்ன?'

'தூங்கறியா? எதுக்குத் தாப்பா போட்டுண்டே உள்ளே?'

'டிஸ்டர்பன்ஸ் இல்லாம இருக்கறதுக்கு.'

'வெறுமனே சாத்தினா போதும் மூர்த்தி. உள்ள தாப்பா போட்டுக்காதே!'

84 சுஜாதா

'சரி, நீ போ அக்கா!'

பெட்டியிலிருந்து கல்யாணியின் புடைவைகளை எல்லாம் உருவிப் படுக்கையில் அடுக்கினான். அவள் வாசனை இன்னும் மிச்சமிருந்தது.

'தூ! இதையெல்லாம் போய் வாசனை பார்ப்பாளா!'

'கல்யாணி... ஒருத்தரைப் பிடிச்சுப் போச்சுன்னா உடம்பில் எந்தப் பாகமும் அசிங்கமில்லை. எச்சில், வியர்வை...'

'தூ! இதெல்லாம் பத்திப் பேசவே வேண்டாம்.'

'கல்யாணி, இந்த மாசத்தில இந்த நாளிலே இந்தக் கணத்தில நான் உனக்கு ஒரு கடிதம் எழுதப்போறேன்.'

'எதிர்தாப்பல இருக்கிறவாளுக்குக் கடுதாசியா... சிரிப்பா!'

'இந்த வேளையில், இந்தப் பௌர்ணமியில, இந்தக் காத்தில கொஞ்சம் கொஞ்சம் ராகம் கேட்க... நானும் நீயும் மட்டும் உலகத்தில் இரண்டே இரண்டு பிரஜைகளாக இருந்துண்டு மனசில சந்தோஷத்தைத் தவிர வேறு எதுவுமே கலக்காம ஒண்ணு சேர்ந்தா கடவுளுடைய ஒரு அம்சம், ஒரு சிறு துளி, உன்குள்ளே நிச்சயம் சேர்ந்துருக்கும்.'

'நீங்க பேசறது புரியறதில்லை. நீங்க படிக்கிற புத்தகம் புரியறதில்லை.'

'இது புரியறதா?'

'உம்.'

அந்தப் புடைவையைத் தனக்குமேல் சுற்றிக் கொண்டு கண்ணாடியில் பார்த்தான். கழுத்தை அதனால் இறுக்கி இறுக்கி மேலும் இறுக்கப் பார்த்தான். ஓர் அளவுக்கு மேல் முடிய வில்லை.

பைத்தியமே... எல்லாவற்றுக்கும் ஒரு முறை இருக்கிறது. எத்தனையோ சிஸ்டம்ஸ் ப்ரொக்ராமிங் எல்லாம் படித்திருக்கிறாய். எதையும் செயல்படுத்த ஒரு திட்டம் வேண்டும்.

தற்கொலை உட்பட... இன்று என்ன கிழமை? வெள்ளி. அடுத்த வெள்ளிக்கிழமை, அதற்குள் நிச்சயம் முடித்துவிட வேண்டும்.

ஏழுநாள் அவகாசம், அதற்குள் நாள், நேரம், முறை, அனைத்தும் தீர்மானித்து... செய்வதைத் திருந்தச் செய்... குற்றுயிராக ஆஸ்பத்திரியில் மன்றாடக் கூடாது. ஒரு ஸர்ஜரிபோல, மிஷிமா (Mishima) போல, ஒரு மின்னல் தாக்குதல் போல உயிரைத் துற.

மாலை மணவாளனுக்கு போன் செய்தான்.

'என்ன மூர்த்தி! ஆர் யூ பெட்டர் நௌ?'

'மணவாளன் சார், திங்கட்கிழமைலேந்து நான் ஆபீஸ் வரத் தீர்மானிச்சுட்டேன்.'

அத்தியாயம் பதினொன்று

மணவாளன், 'என்னது... ஆபீஸுக்கு வரியா?' ஆச்சரியத்துடன் கேட்டார்.

'ஆமா சார்... வீட்டிலேயே இருந்தா ரொம்ப ஞாபகங்கள் என்னைத் துரத்துது... ஐ ஜஸ்ட் காண்ட் ஸ்டாண்ட் இட்.'

'வீட்டுக்கே போகாதே... சோழால ரூம் போட்டுத் தரச் சொல்லட்டுமா கொஞ்ச நாளைக்கு?'

'இல்லை சார்... அவ்வளவு முழுமையா மறக்க விரும்பலை. மேலும் நீங்க ரூம் போட்டுக் கொடுத்தா கூடவே கால் கேர்ளையும் அனுப்புவீங்க...'

'மூர்த்தி... நீ நம்ம ஆபீஸுக்கே அஸெட் மாதிரி. அதனால எனக்கு நீ எப்ப வந்து சேர்ந்தாலும் சந்தோஷமே. நீ அவசரப்பட்டு ஏதும் செய்ய வேண் டாம். ஆனா, நீ செய்த முடிவு நல்ல முடிவுதான்னு எனக்குப் படறது...'

திங்கள் ஆபீஸுக்குப் போனவுடன் காரைக் கொண்டு வரச் சொல்லி லைப்ரரிக்குப் போனான்.

> தூக்கில் தொங்குவதற்குப் பல்வேறு பொருட்கள் பயன்படுத்தப்பட்டிருக் கின்றன. தற்கொலை வேளையில் கையில் கிடைத்ததைப் பயன்படுத்துவது வழக்கம். பல பரிமாணங்களில் பருத்தி சணல் கயிறுகள், வேட்டி, புடைவை, தலைப் பாகைத் துணி, பெட்ஷீட், பூணூல்,

துப்பட்டா, பெல்ட், எலெக்ட்ரிக் கம்பி... ஒரு சராசரி மனிதனின் சராசரி நிறையைத் தாங்கக்கூடிய எந்தப் பொருளும் பயன்படுத்தலாம்.

'சார்.'

திரும்பிப் பார்த்தான். குணா!

அந்தப் புத்தகத்தை மற்ற புத்தகங்களுக்கு இடையில் செருகினான். 'என்ன குணா?'

'மணவாளன் சார்தான் என்னை அனுப்பிச்சார்.'

'என்ன... நீ போ! நான் ஆபீஸுக்கு வரேன்.'

'சார், என்னைத் தப்பா நெனைச்சுக்காதீங்க... எங்களுக்கெல்லாம் பயம் சார்!'

'என்ன பயம்?'

'உங்களைத் தனியா...'

'ஓ, அதுவா! குணா... பயப்பட வேண்டாம். அப்படிப்பட்ட கோழை இல்லை நான். வாழ்க்கையில் எது வந்தாலும் சமாளிக்கணும். சமாளிக்க முடியும். போ குணா!'

'என்ன புஸ்தகம் சார்-'

'இன்டர்நேஷனல் ட்ரேட்.

'சார்! எனக்கு ரொம்ப சந்தோஷம்!'

'மனைவியையும் பெண்ணையும் இழந்தவன்கிட்ட பேசற வார்த்தையா இது?'

'உங்களுக்காக... இட் இஸ் டெர்ரிபிள்... வாஸ்தவம்தான். ஆனா, அத்தனை துக்கத்தைத் தாங்கிக்கிற மன வலிமையை உங்களுக்கு கொடுங்கன்னு ஒரு வாரமா நான் பிரார்த்திச்சது வீண் போகலை.'

'பிராத்தனைக்கெல்லாம் மீனிங் இருக்கா குணா?'

'இருக்கும் சார்!'

'நானும் பிரார்த்தனை பண்ணிண்டேன் குணா. 'கடவுளே என் மனைவியையும் குழந்தையையும் காப்பாத்து. என் தோலை சட்டையா தெச்சு உனக்குப் போடறேன்'னு கதறிக் கதறிப் பிரார்த்தனை பண்ணினேன். என்ன ஆச்சு- ஆல் அப்ஸெட்... கடவுளாவது மண்ணாங்கட்டியாவது.'

'ஷ்ஷ்ஷ்...' என்று லைப்ரரி ரெஃப்ரன்ஸ் செக்ஷனிலிருந்து யாரோ அதட்ட...

கிருஷ்ணமூர்த்தி அந்த மனுஷனைப் பார்த்து 'ஷ்ஷ்ஷ்ஷ்ங்கறீங் களே... நாங்க எதைப்பத்திப் பேசிக்கிட்டிருந்தோம் தெரியுமா? அநியாயமா ஒரு விபத்துல என் மனைவியையும் குழந்தையை யும் பறிகொடுத்துட்டு நிக்கறேன்.' உரக்கவே சொல்ல, புஸ்தகம் படித்துக் கொண்டிருந்தவர்கள் அத்தனை பேரும் திரும்பிப் பார்க்க, 'வா, குணா' என்று அவளை அழைத்துக்கொண்டு செல் வதற்கு முன் அந்தப் புத்தகத்தை மறுபடி எடுத்துக்கொண்டான்.

ஆபிஸில் தன்னறைக்குள் தாளிட்டுக் கொண்டு,

> மூச்சடைப்பு என்பது பல்வேறு முறைகளில் நிகழலாம். வாயையும் மூக்கையும் அடைப்பது, உள்ளிருந்து காற்றுப் பாதைகள் அடைந்துபோவது, மார்பில் அழுத்தம், மூச்சுவிட முடியாத வாயுக்களை நுகர்வது, உதாரணம் - கார்பன் மோனாக்ஸைடு. ஹைட்ரஜன் ஸல்பைடு, ஒரு எரியும் வீட்டிலிருந்து அடர்த்தியான புகைகூடப் போதும்.

'டக்டக்' என்று தட்டல் கேட்க, திறந்தபோது மணவாளன்... 'என்ன மூர்த்தி. எதுக்கு கதவைத் தாப்பா போட்டுக்கறே?'

'இல்லை சார்... தனியா இருக்கணும் போல இருந்தது.'

'மூர்த்தி! இந்த கான்ட்ராக்டைக் கொஞ்சம் பாத்துரு. வர்ட் ப்ராஸஸர்ல ஃபர்ஸ்ட் ட்ராஃப்ட் போட்டுட்டேன். ராயல்டி க்ளாஸ்தான் கொஞ்சம் ஒதைக்கறது! ஒன் ஸைடா இருக்கு.'

கிருஷ்ணமூர்த்தி, மணவாளனையே பார்த்துக்கொண்டிருந்தான். 'என்ன சார்! இத்தனை கொடுமையானவரா நீங்க?'

'என்னப்பா...'

நிறமற்ற வானவில் 89

'பொண்டாட்டி செத்து ஒரு வாரம்கூட ஆகலை. உங்களுக்கு கான்ட்ராக்ட் பார்க்கணுமா நான் இப்ப?'

மணவாளன் திடீரென்று முகம் மாறி, 'ஸாரி, ஐ தாட் யு வாண்டட் டு ஒர்க்.'

'உங்க மனைவி அதே மாதிரி போயிருந்தா?'

'தட்ஸ் பர்ஸனல் மூர்த்தி... உனக்கு எப்ப இஷ்டமோ அப்ப சொல்லு... கான்ட்ராக்டைப் பார்க்கலாம்.'

'இப்பவே பார்த்துர்றேன்.'

மணவாளன் அவனைச் சந்தேகத்துடன் பார்த்து, 'ஒரு மாதிரியா நடந்துக்கறியே... ஆர் யு ஆல்ரைட்?'

'சென்ட் பர்ஸெண்ட்'

அவர் போனதும்,

> நீரில் மூழ்கி சுவாசப் பைகளுக்குக் காற்றுப் போகாமல் தடைப்படும்போது உயிர் போகிறது. உடல் முழுவதும் மூழ்கவேண்டும் என்று அவசியமில்லை. முகம் மட்டும் முங்கினால் கூடப் போதும்... மரணம் நிச்சயம். மூச்சுக் காற்று தடைப்பட்டால் போதுமானது. தன்னிச்சையாக ஒரு மனிதன் தண்ணீரில் விழும்போது விழுந்த வேகத்துக்குத் தக்க ஆழத்தை அடைகிறான். கையைக் காலை அசைப்பதாலும் உடலின் மிதப்பு சக்தியினாலும் உடனே எழுகிறான். அவனுக்கு நீந்தத் தெரியவில்லை எனில் கூக்குரலிடுகிறான். வயிற்றிலும் சுவாசப் பைகளிலும் நீர் புகுந்துகொள்ள, இருமல் வருகிறது. அதனால் வெளிப்பட்ட காற்றின் இடத்தைத் தண்ணீர் நிரப்புகிறது. கொஞ்சம் கொஞ்சமாக அவன் உடல் கனம் அதிகரிக்கிறது... மூழ்குகிறான்... மறுபடி இயல்பாகக் கை கால்களை அசைப்பதால் எழுகிறான். மறுபடி தண்ணீர் குடிக்கிறான். கனமாகிறான். உணர்ச்சியற்றுப்போய் நீரின் அடிப்பாகத்துக்கு மூழ்குகிறான். சில சமயம் வலிப்பு வரும்... கொஞ்ச நேரம் அவஸ்தை நிலையில் இருப்பான்.

மேஜைமேல் அடுக்கடுக்காக அனுதாபக் கடிதங்கள் இருந்தன. யாரோ ஏதோ முருகப் பெருமாளின் விபூதிப் பிரசாதம்

அனுப்பியிருந்தார். ஆபீஸில் அனைவரும் வரிசையாக வந்து தனிப்பட்ட அனுதாபங்களைச் சொல்லிவிட்டுப் போனார்கள். 'மூர்த்தி சார்... உங்களுக்கு என்ன உதவி வேணுமானாலும் கேளுங்க...' என்று ஸ்வர்ணலதா கேட்டபோது, 'கெட் மீ ஸம் கார்பன் மோனாக்ஸைடு லதா!' என்றான். அவள் அச்சத்துடன் விலகினாள்.

அவர்கள் எல்லாம் போனதும் ஜன்னல் வழியாக வெளியே பார்த்தான். ஏர் கண்டிஷனுக்காக அடைத்து வைத்திருந்ததால் திறக்கக் கஷ்டமாக இருந்தது. திறந்ததும் ஒரு புறா படபடவென சிறகடித்துப் பறந்து போயிற்று. ஆண்டாள் போல...

அவள் இப்போது எங்கே இருக்கிறாள்? அத்தனையும் செத்துப்போய் முழுக்க அழிந்து போயிருந்தால் அதைப் போன்ற அபத்தம்... அநியாயம் பிரபஞ்சத்தில் வேறு எங்கும் இருக்க முடியாது. பிரபஞ்சம் ஆண்டாள் போன்ற சின்னச் சின்ன மலர்களுக்கெல்லாம் கவலைப்படுகிறதா? எத்தனை மலர்கள் தினம் பூத்துப் பூத்து மாலை அழிகின்றன. இயற்கையோ பிரபஞ்சமோ இரக்கமில்லாதது. அவன் ஆபீஸ் அறை நான்காவது மாடியில் இருந்தது. குதிக்கலாம் என்று எட்டிப் பார்த்தான். கான்கிரீட் நீட்டலில் போய் விழுவான். முழுவதும் சாகாமல் பிழைப்பதற்கு சான்ஸ் இருக்கிறது. செத்தால் முழுமையாகச் சாகவேண்டும். அரைகுறை பிஸினஸே கூடாது. மணவாளனின் ஆபீஸ் ஆறாவது மாடியில் இருக்கிறது.

லிஃப்ட் ஏறி மாடிக்குப்போய் அவர் கதவைத் தட்டினான். மணவாளன் கான்ட்ராக்ட் பற்றித்தான் செகரட்டரி ஜோவிடம் ஒரு கடிதம் சொல்லிக்கொண்டிருந்தார்.

இருவரும் அவனைப் பார்த்ததும் சற்று கண்களில் பயத்துடன் சந்தேகத்துடன் இருக்க, மணவாளன் 'என்ன மூர்த்தி... வாப்பா!' என்றார்.

'தனியா ரூம்ல போராடிக்கிறது மணவாளன். இந்த ஜன்னலைத் திறக்கட்டுமா... ஸ்டஃபியா இருக்கு...''

'ஏ.ஸி இருக்கேப்பா!'

'ஓ... ஏ.ஸி இருக்கோ... அச்சா அச்சா...'

'மூர்த்தி, யூ ஃபீல் ஆல்ரைட்! எங்கயாவது ஹாலிடே போலாமா?'

நிறமற்ற வானவில் 91

'ஹாங் காங்?'

'ஏம்பா.'

'அவ பேரு என்ன லீயா? ஊவா? எத்தனை கொடுத்தீங்க கடைசியா?'

மணவாளன் தன் செகரட்டரியை, 'ஜோ, அப்புறம் வா' என்று அனுப்பினார்.

'மூர்த்தி, எனக்குக் கவலையா இருக்கு. அது என்ன சொல்றது...'

'ஸ்டேபிள்? ராஷனல்...?'

'ஏதாவது. பாரப்பா, திஸ் இஸ் ஜஸ்ட் எ ஃபிட் ஆஃப் பாட் லக், அவங்க போயிட்டாங்க... உன் வாழ்க்கை சிதறிப்போச்சு... ஆனா, சிதறினதை நீ சேகரிக்கணும்.'

'எதுக்காகச் சேகரிக்கணும்?'

'ஜஸ்ட் ரிலாக்ஸ்...'

'எதுக்காக? எதுக்காகச் சொல்லுங்க மணவாளன். எதுக்கு நான் உயிரோட இருக்கணும்? ஒரு காரணம் சொல்லுங்க மண வாளன்...'

மணவாளன் யோசித்து, 'சரி, இந்த கான்ட்ராக்ட்ட முடிச்சுட்டு செத்துப்போடா!' என்றார்.

'கான்ட்ராக்ட் பண்ண நான்தான் தேவைன்னு இல்லை...'

'உன் ஒருத்தனாலதாம்பா இது முடியும். மூர்த்தி, இட்ஸ் ஸில்லி. பெண்டாட்டி செத்துப்போய் ஒரு வாரம் ஆகலை... கான்ட்ராக்ட் பற்றிப் பேசவேண்டாம். நான் அத்தனை சுயநலம் இல்லை. மூர்த்தி, ஒண்ணே ஒண்ணு வெச்சுக்க. உயிர்ங்கிறது ரொம்ப ரொம்ப விலை உயர்ந்தது!'

கிருஷ்ணமூர்த்தி மௌனமாக இருக்க, 'அதைத் தானா போக்கிக் கறதுக்கு உனக்கு எந்த உரிமையும் இல்லை.'

'அதைப் பறிக்க மட்டும் உரிமை இருக்கா?'

'யாருக்கு?'

'கடவுளுக்கு.'

'நீ கடவுள் பிஸினஸ் எல்லாம் நம்பறியாப்பா?'

'ஆல் நான்சென்ஸ்!'

'இல்லை மூர்த்தி, ஐன்ஸ்டைனே நம்பறார். ஆனா, ராமா கிருஷ்ணா கோவிந்தா இல்லை, உலகைப் படைத்தவர்.'

'அவருக்கு என் பெண்டாட்டியையும் பொண்ணையும் ஆக்ஸிடெண்ட்டிலிருந்து காப்பாத்த நேரமில்லை... எல்லாம் அப்ஸர்ட்... மணவாளன் சார், எனக்கு ஒரு உதவி பண்ணணும்.'

'என்ன?'

'தூக்கமே வரதில்லை சார். கண்ணை மூடினா ஒரு இரைச்சல் மட்டுமே கேக்குது. ராத்திரி தூக்கம் வர்றதுக்கு எதாவது ப்ரிஸ்க்ரிப்ஷன் ஏற்பாடு பணணுங்களேன்.'

'டயாஸிபாம் மாதிரி எதாவது ட்ராங்க்விலைஸர் கொடுக்கச் சொல்றேன்.'

'எதாவது ஸ்ட்ராங்கா...'

'என்ன வேணும் சொல்லு...'

'மாண்ட்ராக்ஸ் மாதிரி...'

'ட்ரை பண்ணிப் பார்க்கிறேம்பா...'

அறைக்கு வந்ததும்,

> உடல் எடைக்கு ஒரு கிலோ கிராமுக்கு நூறு மில்லிகிராம் சாப்பிட்டால் போதும்... சற்றே பலஹீனம்... தலை வலிக்கும். நாக்கு உலர்ந்து அடாக்ஸியா, கோமா, சயனோசிஸ் ஹைப்போடென்ஷன்...

'எல்லாம் வரட்டும்!'

அத்தியாயம் பன்னிரண்டு

கிருஷ்ணமூர்த்திக்கு மொத்தமே இரண்டு மாத்திரைகள்தான் டாக்டர் அனுப்பியிருந்தார். 'மேலே தேவைப் பட்டால் என்னை வந்து பார்க்கவும்' என்று குறிப்புடன் எழுதியிருந்தார். மூர்த்திக்குச் சற்றே அவமானமாக இருந்தது. 'மனசுக்குள் ஓடும் தற்கொலைத் தாகம் அவர்களுக்குத் தெரிந்துவிட்டது. என்னை அனுமதிக்க மாட்டார்கள். சதி செய்து இந்த ஜீவனற்ற வாழ்க்கையில் ஈடுபடுத்தி விடுகிறார்கள். இப்போதே சரோ அக்கா ஜாடைமாடையாக மறுகல்யாணத்தைப் பற்றிப் பேசுகிறது காதில் விழுகிறது.

'இன்னிக்கெல்லாம் இருந்தா எத்தனை வயசு மூர்த்திக்கு... கல்யாணிக்கே ஒரு தங்கை இருக்கா... கேட்டா அவா கொடுத்துடுவா...'

'இல்லை மாமி... அந்தக் குடும்பத்தில மறு சம்பந்தம் வெச்சுக்காதீங்கோ... பேசாம பத்திரிகைல விளம்பரம் போட்டா ஏகப்பட்ட ஜாதகம் வருது.'

'என்னமோம்மா... சரியா ஜாதகம் பார்க்காம பண்ணிட்டோம் போல இருக்கு. இப்பத்தான் சொல்றார் நடேச சாஸ்திரிகள்... கொஞ்சம் தோஷம்... கன்னி, கடகம் எல்லாம் நீச்சமாவே இருந்ததாம். அது ஒண்ணும் பண்ணாதுன்னு சட்டை பண்ணாம இருந்துட்டேன். அது என்னடான்னா வேற ஒரு பார்வையில் உக்கிரமாம். ரெண்டு பேர் ஜாதகத்தையும் சேர்த்துப் பார்த்ததில்...'

'பொண்ணு?'

'அதும் ஜனன நேரத்திலேயே சரியான தோஷம். சொல்ல வேண்டான்னு பார்த்தேன்.'

'என்ன ப்ராப்தம் இல்லை... நல்லதுக்குன்னு பண்றோம்...'

கிருஷ்ணமூர்த்தி உள்ளே வர, அவர்கள் சட்டென்று பேச்சை நிறுத்திக்கொண்டார்கள்.

'நாலு நாள்ல எவ்வளவு இளைச்சிருக்கார்... சாப்பிட மாட்டீங்களோ மூர்த்தி?'

'அக்கா, வீடியோ வந்துதா?' என்றான் கிருஷ்ணமூர்த்தி.

'இன்னிக்கு சாயங்காலம் கொடுக்கறேன்னிருக்காம்பா... அத்திம்பேர் அதை உங்கிட்ட காட்ட வேணாம்னு சொல்லி யிருக்கார்.'

'பரவாயில்லை' என்றான்.

'நன்னா சாப்டப்பா மூர்த்தி! போறவா போய்ட்டா இருக்கிறவா ஏங்கிட்டா மேற்கொண்டு காரியம் நடக்கவேண்டாமா... என்னைப் பாரு... இருபத்தெட்டு வயசில போய்ட்டார், எப்படிச் சமாளிச்சேன்?'

அந்த அம்மாள் யாரோ தூரத்து உறவு. ஐம்பது வயசிருக்கும், ஒரு நரை இல்லை என்பதைக் கவனித்தான். மையமாகச் சிரித்து ஹாலைவிட்டு வெளியே நடந்தான்.

'முனியடிச்சாப்பல ஆயிட்டாண்டி உன் தம்பி...'

'என்ன பண்றது... தாங்கக்கூடிய சோகமா இருந்தா சரி... அப்படியே உள்ளே வெச்சுண்டு மருகறான்.'

லைப்ரரி புத்தகத்தை எடுத்துப் படிக்கத் தொடங்கினான் கிருஷ்ண மூர்த்தி. அது ஒன்றுதான் அவனுக்கு சுவாரஸ்யமான புத்தக மாகப்பட்டது.

> மேல் நாடுகளைவிட இந்தியாவில் விஷம் குடித்துத் தற்கொலை செய்துகொள்வது அதிகப்படியாக இருப்பதற்கு காரணம் விஷப்பொருட்கள் சுலபமாகக் கிடைப்பதுதான். ஆதி நாட்களில் ஒப்பியம், ஆர்ஸனிக் போன்ற வஸ்துக்களைப் பயன்படுத்தியது மாறிப்போய்

இப்போதெல்லாம் ஆலியாண்டர், பார்த்தியான், செப்பு, ஆல்கஹால், கெரொஸின் எண்ணெய், தத்தூரா போன்றவை அதிகம் பயன்படுகின்றன.

'மூர்த்தி உனக்கு போன்...'

'கீழே போய்க் கேட்டதில், மணவாளன், 'மூர்த்தி ராத்திரி ஃப்ரீயா இருக்கியாப்பா?' என்றார்.

'என்ன?'

'எங்க வீட்டுக்கு வரணும். யு மஸ்ட் மீட்... ஒரு ஆளை நீ சந்திச்சே ஆகணும்.'

'யாரு?'

'வாயேன் சொல்றேன்...'

'வரேன்.'

போனை வைத்துவிட்டு யோசித்தான். தத்தூரா என்றால் அரளி விதையா? எங்கே அரளியைப் பார்த்திருக்கிறேன்? இல்லை... இல்லை... சந்தேகக் கேஸே கூடாது. இன்னும் மூன்று நாள்... வெள்ளிக்கிழமை... வெள்ளிக்கிழமை...

மணவாளன் வீடு புதிய காலனிக்குள் காம்பவுண்டு சுவருக்குள் சர்வ வசதிகளும் படைத்து, பேஸ்மெண்டில் இரண்டு கார் போர்டிக்கோ, மெஸ்ஸனைன் என்று நாலு லெவலில் கட்டி யிருந்தது. நாயை வேலைக்காரன் பிடித்துக்கொள்ள, உள்ளே சென்றபோது மணவாளனின் மனைவி, 'வாங்க' என்று உட்கார வைத்தாள். பட்டுப்புடைவை கட்டி நெற்றியில் சுமங்கலித்தனம் அலறியது. 'என்னால இந்த ஆர்த்ரைட்டிஸ் தொந்தரவினால வரமுடியாம போச்சுங்க... என்னங்க அநியாயம் இது... கல்யாணியை இதும்போது பார்த்திருக்கேங்க... என்ன அழகா இருந்திச்சு...'

மணவாளன் உள்ளே வந்தபோது கூடவே ஒரு தாடிக்காரரும் வந்தார். நல்ல கருமையான தாடி, வனப்பான கண்கள்.

'மூர்த்தி! இவர் ராம்தாஸ். கேள்விப்பட்டிருப்பியே? 'தி ஸ்பிரிட் ஆஃப் மேன்' னு ஒரு புஸ்தகம் எழுதி அமெரிக்காவில் பரபரப்பா வித்திருக்கு...'

'அப்படியா... உங்களுக்கு எந்த ஊர்?'

'கலிபோர்னியா?' என்றார்.

'வாட் ஆர் யூ?'

'ஐ எம் எ ஸீக்கர்.'

'பேசிண்டிருங்க. வந்துருவேன்.'

'வாட் டு யு ஸீக்?'

'உண்மையை.'

'நைஸ்.'

அவர் தெளிவான சற்றே மலையாள உச்சரிப்புடன் ஆங்கிலம் பேசினார்.

'உங்க இழப்பைப் பற்றி மணவாளன் சொன்னார். உங்கள் வருத்தத்தை என்னால் பங்கிட்டுகொள்ள முடியாது. மிக நெருக்கமானவர்கள் மரணத்தில்தான் நமக்கு உண்மையான தரிசனம் கிடைக்கிறது. தினம் தினம் பல பேர் இறக்கிறார்கள். அந்தச் சாவெல்லாம் நம்மைப் பாதிப்பதில்லை. 'மரணம் கடவுளுக்கு வாசல்' என்று ரஜனீஷ் சொல்லியிருக்கிறார். மனிதனால் இதுவரை களங்கப்படாத ஒரே ஒரு சங்கதி மரணம். அதை அவன் இன்னமும் கொச்சைப்படுத்தவில்லை. கொச்சைப்படுத்தவும் முடியாது. அது துல்லியமானது. அதை அவனால் அறியவே முடியாது. அதை அவனால் ஒரு விஞ்ஞான மாகவோ, வேதாந்தமாகவோ மாற்ற முடியாது. அது அவன் கைப்பிடியிலிருந்து எப்போதும் வழுக்கிச் செல்கிறது. உங்கள் வாழ்வில் எதிர்பாராமல் மரணம் குறுக்கிடும்போது உங்கள் வாழ்வு அர்த்தமற்றதாகிறது. ஆம், வாழ்வு, அர்த்தமற்றதுதான். ஒவ்வொருவரும் கொஞ்சம் இறக்கிறோம்.'

கிருஷ்ணமூர்த்திக்கு அவர் சொல்கிற விஷயங்களின் அர்த்தத்தைவிட குரலின் நிதானம் மனத்தை ஈர்த்தது.

'ஸ்வாமி... நான் என்ன பண்ணவேண்டும், சொல்லுங்கள்...'

'தொடர்ந்து வாழவேண்டும்... அவ்வளவுதான்!'

அதைத்தான் செய்து கொண்டிருக்கிறேன். தொடர்ந்து மூச்சு விட்டுக்கொண்டிருக்கிறேன்... தொடர்ந்து ஆபீஸ் போகிறேன்... தொடர்ந்து வருவோர் போவோர் விசாரிக்கும் துக்கத்துக்கெல்லாம் சரியாக முகத்தைச் சோகமாக வைத்துக்கொண்டு அழாமல் சகித்துக் கொண்டிருக்கிறேன். தொடர்ந்து உங்கள் மாதிரி சாமியார்கள் பாதாம் பாலை அருந்திவிட்டுச் செய்யும் கலிபோர்னியா உபதேசங்களை எல்லாம் கேட்டுக்கொண்டுதான் இருக்கிறேன். எங்கே மணவாளன்? வாங்க சார். ஸ்வாமி! என் மனைவி இறந்ததற்கு நேரடியான காரணம் என்ன தெரியுமா? தண்டனை. நானும் இவரும், கட்டின பெண்டாட்டி இருக்கையில் விபசாரி களைத் தேடிப் போனோம். ஹாங் காங்கில். அது கடவுளுக்கே பொறுக்கவில்லை. 'உனக்கு எதற்கடா பெண்டாட்டி?' என்று நீக்கிவிட்டார்.'

அவர் கண்களில் எவ்வித மாற்றமும் இல்லை. 'மரணம் என்பது தினம் தினம் நிகழ்ந்து உயிர் வாழ்வதன் மறுபக்கம் என்கிறது நம் வேதாந்தம்.'

'இப்ப உங்க கழுத்தைப் பிடிச்சு நெரிச்சா நீங்க வேதாந்தம் பேசுவீங்களா ஸ்வாமி...'

மணவாளன், 'மூர்த்தி ஸ்டாப் இட்! ஸ்வாமி நீங்க வாங்க' என்றார்.

'இருங்க...'

'வாங்க ஸ்வாமி... மூர்த்தி, உன்னைக் கூப்ட்டு வெச்சுண்டதே தப்பாப் போச்சு.'

'ஸ்வாமி, இப்பவே உங்க கழுத்தை நெரிக்க வந்தா மரணத்தைச் சந்தோஷமா சந்தீப்பீங்களா?'

'ஹி இஸ் க்ராங்க்கி. ஸாரி ஃபர் இட்! வாங்க போகலாம். மூர்த்தி நீ போப்பா... டிரைவர், இவரை அழைச்சுட்டு வீட்ல கொண்டு விடு. மை மிஸ்டேக்!'

'பாதாம் பாலும் கல்கண்டும் சாப்பிட்டு வேதாந்தமா பேசறீங்க... என் சோகத்தில் ஒரு நூறு பங்கை பார்த்திருப்பியாப்பா நீ? கலிபோர்னியா!'

'கம் ஆன்.'

'பேசட்டும்' என்றார் கலிபோர்னியா ஸ்வாமி.

'பேசறதோட இல்லை. செய்தும் காட்டிருவான். ஹி இஸ் வயலண்ட். மூர்த்தி வீட்டுக்குப் போ... நான் டாக்டர் கோபிநாத்துக்குச் சொல்லி வைக்கிறேன்.'

அப்புறம் கிருஷ்ணமூர்த்தி மௌனமாகிவிட்டான். டிரைவர் சீட்டுக்கருகில் ஏறிக்கொண்டபோது டிரைவர் தயங்கினான்.

'மூர்த்தி பின்னால உக்காந்துக்கப்பா. டிரைவர் இவரை வீட்டில் விட்டுட்டு சாயங்காலம் கிளப் வந்துரு. அம்மாவுக்கு ஃபியட்டை அனுப்பிச்சிரு... என்ன...'

கிருஷ்ணமூர்த்தி, மணவாளனைப் பார்த்து, 'கொஞ்ச நேரம் காரை உபயோகப்படுத்திக்கலாமா?'

'எதுக்கு?' என்றார் மணவாளன் சந்தேகமாக.

'பீச்சுக்குப்போய் நிம்மதியா உக்காந்துக்கணும்.'

மணவாளன் தயங்க, 'நீங்க வரலாம். சும்மா யோசிச்சுக்கிட்டு இருக்கப்போறேன்... அவ்வளவுதான்.'

'சரி டிரைவர்... நீ சார் கூடப் போயிரு' என்றார் மணவாளன்.

டிரைவர் மௌனமாக கார் ஓட்ட... கண்ணகி சிலையருகில் இறங்கி நடந்தான். பாதையோரமாக மெள்ள டிரைவரும் காரில் தொடர, சிமெண்ட் பெஞ்சில் வயசானவர்கள் உட்கார்ந்துகொண்டிருந்தார்கள். காலியாக இருந்த பெஞ்சில் உட்கார்ந்துகொண்டு, போகிற வருகிற கார்களில் மாருதி கார்களை எண்ணினான். மனத்தில் குழப்பமாக இருந்தது. அப்படி மணவாளன் முன்னிலையில், சாமியார் முன்னிலையில் பேசியிருக்கக்கூடாதுதான். இருந்தாலும் இரண்டு தினங்களில் சாகப்போகிறவனுக்கு அதெல்லாம் பற்றி என்னதான் அக்கறை?

மூர்த்தி சுமார் ஒரு மணி நேரம் அங்கே இருந்தபின் மறுபடி காரில் போய் உட்கார்ந்துகொண்டான். 'கொஞ்சம் மெள்ளப் போங்க...' என்றான். க்வீன் மேரீஸ் அருகில் ஓரத்தில், 'நிறுத்துங்க... தாகமா இருக்குது... ஐஸ்கிரீம் விக்கறான் பாருங்க வண்டில. அதுல ஒண்ணு வாங்கிட்டு வாங்க... இந்தாங்க சில்லறை' என்றான்.

நிறமற்ற வானவில் 99

டிரைவர் இறங்கிச் செல்லும்போது இக்னிஷன் கீ தொங்கிக் கொண்டிருந்ததைப் பார்த்தான். இதுதான் சமயம்... அவர்கள் காரில்தான் செத்தார்கள். இப்போது கடவுளே பார்த்து இந்த சந்தர்ப்பத்தை அளித்திருக்கிறார். டிரைவர் வருவதற்குள் பின் சீட்டைவிட்டு இறங்கி முன் பக்கத்துக்கு வந்து கதவைச் சாத்திக் கொண்டு காரைக் கிளப்பி சீறிப் புறப்பட்டான்.

டிரைவர் இன்னமும் ஐஸ்கிரீம் பெட்டியருகே நிற்பது கண்ணாடியில் தெரிந்தது.

கடற்கரைச் சாலையில் எதிர் எதிரே போக்குவரத்து வாகனங்கள் 'விஷ் விஷ்...' என்று பறந்தன. பல்கலைக்கழகக் கட்டடம் வரை வந்தான். 'லாரி! லாரி வேண்டும்... லாரி வரவேண்டும். அவர்கள் எப்படிச் செத்தார்களோ அப்படித்தான் நானும் சாகணும்... அதே மோதல்... அதே வலி...'

எதிரே ஒரு பெரிய பஸ் வந்தது. சட்டென்று தீர்மானித்து வேகத்தை அதிகரித்து அதன் பாதையில் காரைச் சரேலென்று திருப்பினான்.

அத்தியாயம் பதிமூன்று

அது ஏதோ வாசல் போல இருந்தது. அதிலிருந்து புகை வந்தது. பெட்ரோல் வாசனையுடன் புகை. புகையிலிருந்து மெள்ள மெள்ள கல்யாணியும் ஆண்டாள் ரோஜா கிருஷ்ணமூர்த்தியும் வெளிப்பட்டார்கள்.

'ஆண்டாள்... ஆண்டாள்... உன்னைப் பார்க்கத்தான் வந்தேன்.'

'வந்துட்டீங்களா?'

'ஆமாம்... அதிகம் வலிக்கலையா உனக்கு?'

'எருமை மாடு மாதிரி லாரி வர்றதுதான் தெரிஞ்சது. நிமிஷமா மயக்கம் போட்டுடுத்து.'

'கோத்தாரி மாமா எங்கே?'

'சந்தியாவந்தனம் பண்ணப் போயிருக்கார். வாங்கோ இங்கே எல்லாமே நீட்டா வெச்சிருக்கா. முதல்ல உங்க பேரைப் பதிவு செய்திருக்கா? அவ்வளவு ஒண்ணும் இடக் கஷ்டம் இல்லை. முன்னால சொல்லி வைக்கணும்.'

'வீடியோ இருக்கோ இங்கே?'

'வீடியோவா... எதுக்கு?'

'கல்யாணத்தில் எடுத்த வீடியோ பார்க்கலாம்னுட்டு. அவா போட்டுக் காட்ட மாட்டேன்னுட்டா. ஆண்டாள் டான்ஸ் ஆடறதெல்லாம் கல்யாணத்தில் வீடியோ எடுத்தாளே... ஞாபகம் இல்லையா?'

'கல்யாணமே ஞாபகம் இல்லை.'

'என்னையாவது ஞாபகம் இருக்கோல்லியோ...?'

'உங்களை மறக்க முடியுமா... இந்தக் குட்டியை மறக்க முடியுமா?'

'என்ன நீ சொல்றே... உங்களைப் பார்க்கத்தான் குறுக்கு வழியில் வந்திருக்கேன்.'

'எப்படிச் செத்துப் போனீங்க?'

'அதான்... நீங்க எப்படிச் செத்துப் போனீங்களோ அதே மாதிரி...'

'லாரி மேல மோதியாப்பா?'

'இல்லைடி கண்ணு, பஸ்ஸு. ரொம்ப சுலபம். பாத்தேன். என்ன என்னவோ யோசிச்சேன். அதான் சரியான வழி. மருந்தெல்லாம் ரொம்ப மெஸ்ஸி.'

'வாங்கோ. இங்க பெஞ்சில உட்காருங்கோ. மாமா இதோ வந்துருவார். தங்கறதுக்கு ரூம் எல்லாம் ஏற்பாடு பண்ணுவார்.'

'உங்களோட தங்க முடியாதா?'

'அது வந்து... என்னவோ ரூல் எல்லாம் இருக்காம். ஹஸ்பண்டு வொய்ஃபுன்னா இன்டர்வியூ பண்ணிட்டுத்தான் ஒண்ணா தங்க விடுவாளாம்.'

'இந்த இடத்துக்கு யாரு இன்சார்ஜ்?'

'பெரிய பெருமாள்னு ஒருத்தர் இருக்கார். குடையெல்லாம் வெச்சுண்டு...'

'அவரைப் பார்க்க முடியும்னா பார்த்துச் சொல்றேன் நான்.'

'ஏண்ணா எல்லாத்தையும் விட்டுட்டு வந்தேள்?'

அதற்குள் கோத்தாரி வந்து, 'மூர்த்தி, இதில பாரு... தற்கொலை பண்ணிண்டவாளும் விபத்தில் இறந்தவாளும் வேற வேற க்ளாஸிஃபிகேஷன். அதனால ரெண்டு பேரையும் கலக்கமாட்டா இங்கே. தற்கொலை பண்ணிண்டவாளுக்கு இங்கே பர்மிஷன் கிடையாது.'

'அப்படின்னா...'

'பாருப்பா... லைஃப் இஸ் ப்ரெஷஸ். அதைத் தாரை வார்த்துட்டு வந்திருக்கே பாரு... எங்க கேஸ் வேற. நாங்க வேளை வந்து வந்தவங்க. ஆயுசே அவ்வளவுதானாம். ரிஜிஸ்டார்ல பார்த்தேன்.'

'அப்படின்னா உங்களோட நான் வாழமுடியாதா?'

'உன்னுடைய ஒரிஜினல் ஆயுசு தீர்ற வரைக்கும் முடியாது. எதுக்கும் அப்பீல் பண்ணிப் பாரு. பி.பி. வந்தா கேட்டுப் பாரு. கல்யாணி, வாம்மா... ப்ரேயருக்கு கூப்பிடறா... மூர்த்தி அப்புறம் பார்க்கறோம்.'

'போகாதீங்கோ ப்ளீஸ்! இது அநியாயம்!'

அந்தப் புகையில் அவர்கள் மறைவதற்கு முன் கல்யாணி ஏர்போர்ட்டுக்குப் போகும் முன்பு பார்த்தாளே அந்த மாதிரி அவனைப் பார்த்தாள். ரோஜா 'டாட்டா' காட்டினாள்.

'வெயிட்... வெயிட்...'

'கிருஷ்ணமூர்த்தி...'

'டாக்டரின் மூக்கு கண்ணாடியில் அறையின் ட்யூப் விளக்குப் பிரதிபிம்பம் தெரிந்தது. மூன்று முகங்கள் அவனைப் பார்த்துக் கொண்டிருந்தன.

'வலி' என்றான்.

'எங்க வலிக்குதுங்க?'

'எங்கயும்.'

'பல்ஸ் நார்மலா இருந்தா இன்னொரு மார்ஃபின் குடுத்துருங்க சிஸ்டர்.'

கிருஷ்ணமூர்த்தி தன் உடலைப் பார்த்தான். மார்பில் கட்டு. இடது கையைக் காணோம். எங்கே என்று உத்தேசமாகக் கூடச் சொல்லமுடியவில்லை. வலது கால் தூக்கிக்கட்டப்பட்டுத் தூளி போடப் பட்டிருந்தது. மூக்கு அரித்தது. சொறிய வலது கையை எடுக்க முடியவில்லை.

'நான் சாகலையா?' என்றான்.

'சாகலை. ரொம்ப லக்கிங்க.'

மணவாளன் வந்து எட்டிப் பார்த்தார். 'என்னப்பா, இப்படிப் பண்ணிட்டே? இஸ் திஸ் தி வே? இதுவா முடிவு?'

குணா எட்டிப் பார்த்துக் கண்ணிலேயே கடிந்துகொண்டாள்.

சரோ அக்கா கண்ணீரைத் துடைத்து சற்றுநேரம் வார்த்தையில்லாமல் அவனருகில் அழ, அத்திம்பேர் அவளை அழைத்துச் சென்றார்.

'கோத்தாரி மாமா வருவார்' என்றான்.

'வரட்டும்' என்று நர்ஸ் அவன் முகத்தில் கட்டுப் போடாத பாகத்தைத் துடைத்து விட்டாள். பக்கத்தில் ஒரு மலர்க்கொத்து வைத்திருந்தது. 'கெட் வெல் ஃப்ரம் தி ஸ்டாஃப் ஆஃப் சாஃப்டெக்' என்று எழுதியிருந்தது. குணா ஓரத்தில் இருந்து அவனையே பார்த்து, 'உங்களை என்ன பண்றதுன்னே புரியலை...'

'என்ன ஆச்சு...?'

'பஸ் டிரைவர் ரொம்ப க்விக். அதனால உயிர் தப்பிசீங்க.'

'காரு?'

'காரா?' என்று சிரித்தாள். 'டிரைவர் நல்லவர். மூணு நாளா ஆஸ்பத்திரியை விட்டே விலகலை.'

காக்கி யூனிஃபாரத்துடன் சவரம் செய்யாத முகத்துடன் ஒருவன் உள்ளே வந்து, 'இன்னா கஷ்டம் வாத்தியாரே... எம் பாதைல வந்தே... அவ்ளவ் சுளுவா செத்துப்போக முடியுமா? அதும் இந்த ராஜு கைல? எம் போனஸ்ல மண்ணைப் போட்ட வாத்தியாரே. பரவால்ல பொளச்சியே... இன்னா அப்டி கஷ்டம் வாத்தியாரே உனக்கு உசுரை உடும்படியா? போலிஸ்காரங்க சத்தாய்க்கறாங்க என்னை. நான் பாட்டுக்கு நாப்பதில் போய்ட்டு இருக்கேன்... வந்து வுயுந்தயா, இன்னா பண்ணேங்கறே... ஃபுல்லா லெஃப்ட்ல ஓடிச்சேனா... ப்ளாட்பாரத்தில் ஏராளமா சனங்க அம்முது. என்ன அதில் ஏறக்கூடாது... பாசஞ்சர்களுக்கும் சேஃப்ட்டி வேணும்... வாத்தியாரே ஒரு தாங்க்ஸ் சொல்வியா?'

'அவரால பேசவே முடியாதுப்பா.'

'பேச்சு போயிருச்சா?'

'தற்போதைக்கு...'

'இந்தா, வடபழனி பிரசாதம் எடுத்துக்க.'

அவன் சொன்னதெல்லாம் பாதிதான் காதில் விழ, மறுபடி மயக்கத்திலோ தூக்கத்திலோ நழுவினான்.

'கோத்தாரி மாமா... கோத்தாரி மாமா...'

'அப்டி யாரும் இல்லைப்பா இங்கே.'

'இல்லைங்க... போன வாரம்தான் வந்திருக்காரு.'

'நம்பர் சொல்லு. ரிஜிஸ்தர் நம்பர். இங்க எல்லாமே நம்பர்தான். ஆமா, எப்படி இங்கே வந்தே, தற்கொலை கேஸ்னா நீ?'

'அவளுக்காகத்தான் தற்கொலை பண்ணிக்கிட்டேன். அவங்களைப் பார்க்கத்தான் வந்தேன்.'

'இப்ப எல்லாரும் ப்ரேயர் ஹால்ல இருக்காங்க. உம் பொண்ணு இனிமையாப் பாடுதுப்பா.'

'உள்ளே போலாங்களா?'

'இல்லைப்பா, உன்னை மாதிரி ஆளுங்களை உள்ள விட்டால் இந்தப் பிரதேசத்து தூய்மை கெட்டுப்போய்டும். நீ என்ன வெல்லாம் செஞ்ச, யோசிச்சுப் பார்... கட்டின பொண்டாட்டி இருக்கறப்ப உனக்கு என்னய்யா ஆபீஸ்ல சரசம்? அதாவது ஒரு வழில சேர்த்துக்கலாம். அந்தம்மா உம் மேல வந்து விழுந்தா... சரி. ஆனா, ஹாங் காங்கில நடந்ததை மன்னிக்க முடியுமா? அது துரோகம் இல்லையா? சொல்லுப்பா... உன்னையே நம்பி அந்தப் பெண்ணும் குழந்தையும் வாழறப்ப எப்படி துரோகம் பண்ணலாம். அதுவே தலைகீழா நடந்திருந்தா ஒப்புத்துப்பியாப்பா? உன்னால அதை ஜீரணிக்க முடியுமா?'

'கல்யாணிகிட்ட சொல்லிட்டீங்களா?'

'சொல்லியாச்சு. இங்க ஒளிவு மறைவு கிடையாது.'

'ஐயோ, அவ என்னை வெறுப்பாளே...'

'இங்கே வெறுப்பும் கிடையாது. மன்னிப்பு ஒண்ணுதான். ஆனா, உம்மாதிரி தற்கொலை கேஸுக்கெல்லாம் இடம் கிடையாது.'

'சார், ஒரே ஒரு முறை சார்... காஸெட் கொண்டு வந்துருக்கேன். எம் பொண்ணு யூனிஃபார்ம் கொண்டு வந்துருக்கேன். அதை மட்டும் கொடுத்துட்டு...'

நிறமற்ற வானவில் 105

‘மறுபடி பொய் சொல்ற பாத்தியா... நீ திருந்த மாட்டப்பா... யூனிஃபார்ம் கொண்டு வந்தியா? எங்க காட்டு...’

அவன் மௌனமாகப் பின்வாங்கினான். உள்ளே இனிமையாகப் பாட்டுச் சத்தம் கேட்டது. ஆண்டாளின் குரல் தனியாக ஒலித்தது. ஆர்வத்தை, ஆசையைக் கட்டுப்படுத்த இயலாமல் அந்தப் பெரியவர் பார்க்காமல் இருக்கும்போது வாசலில் நுழைந்து ஓடினான். அவன் கழுத்தில் ஒரு வாக்கிங் ஸ்டிக்போல சமாசாரம் மாட்டப்பட்டு பின்னுக்கு இழுக்கப்பட்டான்.

‘இந்தப் பூலோகத்து ஏமாத்து வேலையெல்லாம்தானே வேண்டாங்கறது...’

‘மிஸ்டர் மூர்த்தி... இந்த இன்ஜெக்ஷனை போட்டுக்கிட்டா வலி குறையும், நல்லா தூக்கம் வரும். என்ன...’

‘எனக்கு தூக்கம் வேண்டாம். வாண்ட் டு டை, அவங்கல்லாம் காத்திருக்காங்க’ என்றான் சன்னமாக.

‘ஸ்ட்ரெய்ன் பண்ணிக்காதீங்க...’ சுருக்கென்று எங்கோ வலித்தது. அவனை வெல்வெட் இருள் கவ்விக் கொண்டது. ஆழ ஆழ ஆழ எதிரொலிக்கும் ஒரு இருட்டில் கவிழ்ந்தான்.

‘ஹாய்! ஐம் டாக்டர் கோபிநாத். எப்படி இருக்கீங்க மூர்த்தி?’

‘இன்னிக்கு என்ன கிழமை?’

‘திங்கள். நீங்கள் விபத்தில் அடிபட்டு சரியா பதினைஞ்சு நாள் ஆறது...’

‘எதுக்காக பொழைக்க வெச்சீங்க...?’

‘குட் கொஸ்சன். உங்களை யாரும் பிழைக்க வெக்கலை, நீங்க பிழைச்சுட்டீங்க... கடவுள் அருள்!’

‘பெரிய பெருமாள்...?’

‘ஆமா. பெரிய பெருமாள் கிருபை.’

‘என்னை உள்ளே விடமாட்டேன்ட்டா...’

‘எங்கே?’ டாக்டர் அவனருகில் உட்கார்ந்தார்.

‘அங்கேதான். வாசல்ல ஒரு வயசான ஆசாமி குச்சியை வெச்சுண்டு கழுத்தை குறக்களிபோட்டு...’

'நீங்க என்ன சொல்றீங்க! யு வர் ஹலுஸினேட்டிங்...'

'இல்லை டாக்டர். போயிருந்தேன்.'

'அப்படியா!' என்று சார்ட் பார்த்து, 'முதல் முதலா எட்டு மணி நேரத்துக்கு டெம்பரேச்சர் நார்மலா இருக்கு. குட்! கிருஷ்ணமூர்த்தி, கண்ணாடில பார்த்துண்டீங்களா எப்பவாவது?'

'இல்லை.'

'பார்க்கறீங்களா?'

'வேண்டாம்.'

'இன்ட்ரஸ்டிங்... பாருங்கோ.'

கண்ணாடி அவன் முன் காட்டப்பட, முகத்தில் தாடி, நெற்றியில் கட்டு. மூக்கின் குறுக்கே ப்ளாஸ்திரி.

'சகிக்கலை.'

'ஆனால் உயிரோட இருக்கீங்க... அதான் முக்கியம். பாக்கியெல்லாம் ரிப்பேர் பண்ணிடலாம். போன மூக்கை பிளாஸ்டிக் சர்ஜரி மூலம் திரும்பப் பெறலாம். ஆனா, உயிர் மட்டும் கிடைக்காது...'

அவர் அவன் கையைப் பிடித்தார்.

'ஜஸ்ட் டெல் மீ மூர்த்தி... இது தேவைதானா?'

'எது?'

'அந்தத் தற்கொலை முயற்சி...'

'வேற ஏதும் தோணலை டாக்டர்...'

'வேற எத்தனை இருக்கு. மூர்த்தி, உங்களுக்கு இவங்களைத் தெரியுமா?'

'யாரை?'

'சுப்ரியா...'

கிருஷ்ணமூர்த்தியால் திரும்ப இயலவில்லை. ஒரு வளைக்கரம் அவன் கண்கள் முன் தெரிந்தது.

அத்தியாயம் பதினான்கு

கிருஷ்ணமூர்த்தியால் அந்தப் பெண்ணை முழு வதும் நிமிர்ந்து பார்க்க இயலாமல் இருந்தது. அந்தக் கையில் மாட்டியிருந்த ஒற்றை வளையல் ஏதோ ஒரு விதத்தில் அவன் சோகத்தைப் பிரதிபலிப் பதாக இருந்தது. அதைப் பற்றிக்கொள்ளவேண்டும் போலவும், அதற்குத்தான் அந்தக் கை அவனுக்குக் காட்டப்பட்டதாகவும் தோன்றியது.

'சுப்ரியா... இவரோட பேசிக்கிட்டிருங்க... நான் ரவுண்ட்ஸ் முடிச்சுட்டு வந்துருவேன்...'

இப்போது அந்தப் பெண் அவன் அருகில் - அவன் பார்க்கக்கூடிய பக்கத்தில் உட்கார்ந்துகொண்டாள். இருபத்தெட்டு வயதிருக்கலாம். தலைமுடியைச் சிக்கனமாக வெட்டியிருந்தாள். உடுத்தியிருந்தது கதர்போல முரட்டுத் துணியாக இருந்தது. எந்த விதமான அலங்காரமும் இல்லாமல் இருந்தாள். நகத்தைச் சுத்தமாக வெட்டியிருந்தாள்.

'எம் பேர் சுப்ரியா, கால் மீ ப்ரியா...'

'ஹலோ...'

'நானும் உங்களைப்போல...'

'என்னைப்போல...?'

'தற்கொலை பண்ணிக்கப் பார்த்தேன். ரொம்ப ஸில்லியா!'

கிருஷ்ணமூர்த்தி ஒருமுறை அவளை ஆழப் பார்த்து விட்டு வேறுபக்கம் திரும்பிக்கொண்டான்.

'எதுக்குன்னு கேளுங்களேன்.'

'ஐ டோண்ட் கேர்...'

'நீங்க கேர் பண்ணாட்டாலும் சொல்லத்தான் நினைக்கிறேன்...' பின் பாதியைப் பாடினாள்.

'வேண்டாம்...'

'கோபிதான் என்னைக் காப்பாத்தினார்.'

'கோபி?'

'டாக்டர் கோபிநாத்!' அவன் உடல் முழுவதையும் அவள் பார்த்து, 'கட்டடத்திலிருந்து மாடிலருந்து விழுந்தீங்களா?'

கிருஷ்ணமூர்த்தி பதில் சொல்லவில்லை.

'என் கேஸ் ரொம்ப சிம்பிள். அம்பது காம்போஸ். ஆனா, வேலை செய்யலை. தூக்கம்கூட வரலை. எல்லாத்தையும் வாந்தியெடுக்க வெச்சுட்டாங்க...'

'ப்ளீஸ்... லீவ் மீ அலோன் மிஸ்... மிஸ்...'

'மிஸஸ் ராம்பிரகாஷ்...'

அவள் கழுத்தைப் பார்த்தான்.

'லேட் ராம்பிரகாஷ்...'

'போங்க. எனக்கும் கொஞ்சம் நிம்மதி வேணும்.'

'ஸாரி, உங்ககிட்ட என் துக்கத்தைப் பங்கிட்டுக்கொள்ளலாம்னு யாரோ சொன்னாங்க. தப்பு. உங்க துக்கமே கிங் சைஸ்ல இருக்கும்போல. ஸாரி ஃபார் தி ட்ரபிள். நான் வர்றேன்.'

அவள் முகம் சற்று இருண்டிருந்தது. அழப்போகிறாள் போல தோன்றியது. 'ஸாரி, நான் இப்ப யாரோடயும் பேசற மூடுல இல்லை.'

'இட்ஸ் ஓகே. வேற எப்பவாவது சந்திக்கலாம். அதுக்குள்ள உங்களால தற்கொலை பண்ணிக்க முடியாது. கையைக் காலைக் கட்டிப் போட்டிருக்காங்க அல்லது...' அவனருகே வந்து,

'ரெண்டு பேரும் சதி பண்ணி ஒரு திட்டம் போட்டு... சே! நான்சென்ஸ்... வரேன்' என்று எழுந்து சென்றாள்.

'ஏன் பிழைத்தேன்?' ஏமாற்றமாக இருந்தது. 'காரை நேராக பஸ்ஸின் பாதையில்தானே திருப்பினேன், என்ன தப்பு? எதற்காகப் பிழைத்தேன்? சுற்று முற்றும் பார்த்தான். மருந்து சீசாக்கள் எல்லாம் அவன் கைக்கு எட்டாமல் வைத்திருந்தார்கள். விஷம் கிடைத்தாலும் அருந்துவதற்கு மற்ற ஆசாமியின் உதவி தேவைப்படும்படியாகக் கட்டப்பட்டிருந்தான். குட்டி டாக்டர்கள் வந்து எக்ஸ்ரேக்களை ஆராய்ந்து 'ரிமார்க்கபிள், ரிமார்க்கபிள்' என்று ஒருவருக்கொருவர் கை குலுக்கிக் கொண்டனர்.

அவ்வப்போது சரோ அக்காவும் குணாவும் ஆபீஸிலிருந்து பார்த்தசாரதியும் ராமாமிர்தமும் எட்டிப் பார்த்தார்கள். சுவரில் இருந்த காலண்டரில் மாதம் மாறியிருந்தது. ஜன்னலில் மழை பெய்தது. காற்றடித்து மழை பெய்தது. நர்ஸ் வந்து கதவுகளைச் சாத்தி, அவன் முகத்தை துடைக்கும்போது 'சிஸ்டர்' என்றான்.

'என்ன?'

'நான் இங்க வந்து எத்தனை நாளாச்சு?'

'பதினெட்டு நாள்...'

'எப்ப கட்டெல்லாம் பிரிப்பாங்க?'

'எக்ஸ்ரே டாக்டர் எடுத்துப் போயிருக்கு. காலைல சொல்லும். டாக்டர் கோபிநாத்தான் தீர்மானிக்கணும்...'

'இது என்ன ஹாஸ்பிடல்?'

'தெரியாதா... ஜேஜே!' என்று சிரித்தாள். 'நீங்கள் ரொம்ப லக்கியாக்கும்...'

'எல்லாரும் அப்டித்தான் சொல்றாங்க... என்னைத் தவிர!'

ஒரு ஆண் நர்ஸ் வந்து, 'சார், பையனை அழைச்சுட்டு வந்திருக்கேன். டாக்டர் கோபிநாத் சவரம் பண்ணிவிடச் சொன்னார். ஷேவிங் பண்ணச் சொன்னார்.'

'வேண்டாம்...'

'ஏய்... பிடிவாதம் வேண்டாம். ஷேவ் பண்ணி ஸாவ்லான் போட்டுத் துடைச்சா ப்ரஷ்ஷா இருக்கும்' என்று திரையை மூன்று பக்கமும் மூடி, ஒரு சிறுவன் பிளேடை உடைத்து சவரக் கத்தியில் செருகி, இவன் முகத்தை நனைத்தான். கண்ணாடி காட்டும்போது பயமாக இருந்தது. சந்நியாசி போல் இருந்தான்.

கோபிநாத் ராத்திரி ரவுண்ட் வரும்போது 'என்ன, அந்தப் பொம்பளையைத் துரத்திட்டீங்களாமே மூர்த்தி?' என்றார்.

'யாரை?'

'சுப்ரியா. உங்களுக்கு ஆறுதலா அனுப்பிச்சேன். தப்புதான். எங்கிட்ட வந்து அழுதாள். கொஞ்சம் மூடியான பெண்.'

'யாருன்னே தெரியாம திடீர்னு...'

'மை மிஸ்டேக். அவளும் உங்களைப்போல ஒரு கேஸ்தான். அவ உங்ககிட்ட பேசலாம்னு அனுப்பிச்சேன், அவசரப்பட்டுட்டேன். பரவால்லை. சம் அதர் டைம் அவளைச் சாவகாசமா சந்திச்சுப் பாருங்க. இன்ட்ரஸ்டிங் உமன். நிறைய படிச்சிருக்கா. அதும் டெத் பத்தி நூறு புத்தகம் படிச்சிருக்கா...'

மூர்த்தியின் பல்ஸைப் பார்த்துக்கொண்டே... 'மூர்த்தி, நீங்க உடல்ரீதியில் குணமாயிட்டீங்க. ஆனா...'

அவரை நிமிர்ந்து பார்க்க,

'மனரீதியில குணமாகலை. இப்ப உங்களை வெளியே கட்டெல்லாம் பிரிச்சு பிஸியோதெரப்பி பண்ணி அனுப்பிச்சா மறுபடி இந்த மாதிரி மற்றொரு முயற்சி பண்ண மாட்டீங்கன்னு நிச்சயமா என்னால சொல்ல முடியல... மூர்த்தி, யு மஸ்ட் டாக் டு எ சைக்யாட்ரிஸ்ட்...'

'அதெல்லாம் தேவையில்லை. ஐம் ஆல் ரைட்...'

'நேரா என் கண்ணைப் பார்த்துச் சொல்லுங்க மூர்த்தி!'

'ஜஸ்ட் லீவ் மீ டாக்டர். எனக்கு உபதேசம் தேவையில்லை...'

'டிஸ்சார்ஜ் செய்தா என்ன பண்ணுவீங்க'

'ஆக்ட் நார்மல். ஆபீஸ் போவேன். ஆபீஸ்லதான் மறக்க முடியும். மணவாளன் வில் பி ஹாப்பி...'

நிறமற்ற வானவில் 111

'அப்ப உங்களை டிஸ்ஜார்ஜ் பண்ணிரலாம்கிறீங்க...'

'விச் எவர் வே, ஐ ஜஸ்ட் டோண்ட் கேர்...'

அவனைக் கொஞ்சம் கோபத்துடன் பார்த்து உடனே முகம் மாறி, 'வருத்தத்தோட ஆழம் தெரியறதால என்னால உங்க கோபத்தை மன்னிக்க முடிகிறது.'

'லீவ் மீ அலோன்...' என்றான் இரைச்சலாக. அவன் குரல் நடுங்கியது.

டாக்டர் கண்கள் சுருங்கி, 'ஆல்ரைட்! ஐல் லீவ் யு. நாளை மணவாளனோட டிஸ்கஸ் பண்ணிட்டு...'

'என்ன டிஸ்சார்ஜ் பண்ண அவரோட எதுக்கு...'

'பிக்காஸ் ஹி இஸ் பேயிங்! அவர்தான் எல்லாச் செலவும் பார்த்துக்கறார். அதனாலதான். குட்நைட்!'

அவர் போனதும் மெலிதான விசிறிக் காற்றில் ஆடிய ஜாடி மலர்களைப் பார்த்தான். தினம் தினம் புதிய மலர்கள் ஆண்டாள் போல, அன்று பிறந்து, அன்றே இறந்து... அவன் கண்களில் தன்னிச்சையாக நீர் வடிந்தது.

கட்டிலுக்கு அருகேயுள்ள பொத்தானை அழுத்தினான். நர்ஸ் வந்தபோது, 'வெளியே குணான்னு ஒரு பொண்ணு இருந்தா கூப்பிடுங்க...'

'பார்க்கறேன். அவங்கல்லாம் போயிட்டாங்கன்னு நினைக்கிறேன். டாக்டர் என்ன சொன்னுது?'

'டாக்டர் என்ன சொன்னாலும் எனக்கு அக்கறையில்லை...'

நர்ஸ் விசாரித்து, குணா வீட்டுக்குப் போய்விட்டதாகவும் போன் பண்ணி வரவழைப்பதாகவும் சொன்னாள்.

ராத்திரி பத்து மணிக்குக் குணாவும் மணவாளனும் வந்தனர்.

'என்ன ராஜா... டாக்டர்கிட்ட அலட்சியமா பேசினியாமே. அவர் ரொம்பப் பெரிய டாக்டர்ப்பா...'

அவர் சொன்னதைக் கவனிக்காமல், 'குணா, வீடியோ காஸெட் வந்ததா?'

112 சுஜாதா

குணா மணவாளனைப் பார்க்க, 'என்ன காஸெட்?'

'கல்யாண காஸெட்...'

'எதுக்கு?'

'அதில் ஆண்டாள் இருக்கா... உயிரோட இருக்கா.'

'அது என்னம்மா காஸெட்?'

'கல்யாணத்தின்போது எடுத்தாங்க சார். அது எடிட் பண்ணிட்டிருக்கிறதா சொன்னாங்க...'

'புளுகாத. கெட் மீ த காஸெட்.'

'இங்க யாரும் காஸெட் போட்டுப் பார்க்க முடியாது.'

'மணவாளன், ஏற்பாடு பண்ணுங்க. ஆபீஸ்ல என்னை மறுபடி பார்க்கணும்னு உங்களுக்கு விருப்பம் இருந்தா நான் அந்த காஸெட்டைப் பார்த்தே ஆகணும்.'

'பாத்து இன்னும் மிஸரபிளா போய், இப்ப லாரி இல்லேன்னா டிராக்டர் முன்னால போய் விழுவே மூர்த்தி. தே ஆர் ஆல் டெட்! க்ளோஸ்...'

'இல்லை, இல்லை! ஸ்கூல்ல போய்ப் பார்க்கப்போறேன். ஆண்டாள் அங்க இருப்பா. ஸ்கூலுக்குத்தான் போயிருக்கா. ஷி இஸ் தேர்! தேர்! பள்ளிக்கூடம் போகத்தான் ஆசை. அந்த இடத்தைவிட்டுப் போகமாட்டா. டிஸ்ஜார்ஜ் பண்ண உடனே பள்ளிக்கூடம் போகப்போறேன்...'

மணவாளனும் குணாவும் ஒருவரை ஒருவர் பார்த்துக் கொள்ள, சட்டென்று மூர்த்திக்கு, 'இவர்கள் எனக்குப் பைத்தியம் பிடித்துவிட்டது என்று எண்ணக்கூடும். அது அபாயம். ஆக்ட் நார்மல்.'

'மணவாளன் சார்... என்னவோ பேதலிச்சுப்போச்சு. ஐ டிண்ட் மீன் இட்.'

'காஸெட்டெல்லாம் அப்புறம் பார்க்கலாம்ப்பா...'

'அப்புறம் பார்க்கலாம்.'

'எப்ப உன்னால முடியறதோ அப்ப ஆபீஸ் வா!'

'சரி!'

'மீன்டைம் நோ தாட்ஸ்! எண்ணங்களே கூடாது' என்றார்.

'சரி.'

குணா அவனை இன்னமும் நம்பிக்கை இல்லாமல்தான் பார்த்துக் கொண்டிருந்தாள்.

அருகில் வந்து, 'என் பேர்ல உங்களுக்குக் கோபம்?' என்றாள்.

'அப்படியா?'

'பேசமாட்டேங்கறீங்க சார். நான் என்ன தப்பு செய்தேன்?'

'சே, தப்பு செய்தவன் நான்...'

'யாரும் எதும் தப்பு செய்யலை. தப்பைச் செய்ததால ஒரு ஆளுக்குக் கெடுதல் வரணும்னா நான் எப்பவோ போண்டி. எதுக்கும் காரண காரியம் கிடையாது. லாஜிக் கிடையாது. லைஃப் இஸ் அப்ஸர்ட் மூர்த்தி. இல்லேன்னா, உன்னைப் போல தங்கமான குணம் உள்ள ஆளுக்கு எதுக்காக இந்தக் கொடுமை?'

'நான் தங்கமான ஆள் இல்ல மணவாளன். குணாவைக் கேளுங்க. சொல்வாள். இல்லையா குணா?'

'போகலாம்...' என்றாள் குணா.

'அன்னிக்கு நடந்ததுக்கு ரொம்ப வருத்தப்படறேன் குணா. அது மன்னிக்க முடியாதது. அதுக்குத்தான் எனக்குத் தண்டனை கிடைச்சது!'

'என்ன நடந்தது... என்னிக்கு?'

குணா அவசரமாக, 'சார்! இவர் எதையோ நினைச்சிக்கிட்டு எதையோ பேசறார்...'

'அதான பார்த்தேன்... வரட்டுமா?'

'இருங்கோ. சொல்றதைக் கேட்டுட்டுப்போகலாம் மணவாளன். அன்னிக்கு ஆபீஸ்ல பவர் போச்சு. இருட்டுல மெழுகுவர்த்தியோ

என்னவோ ஏத்தி வெச்சபோது சொந்தமா முழு பெண்டாட்டி இருக்கறப்ப இந்தப் பெண் கிட்ட மிஸ்பிஹேவ் பண்ணேன் மணவாளன். அதுக்குத் தண்டனை. அதுக்கப்புறம் ஹாங் காங்கிலே நடந்ததுக்கும் தண்டனை. அங்க என்னாச்சுன்னா... குணா, நானும் இவரும் ஆளுக்கொரு ப்ராஸ்டிட்யூட்டை முழு நாளைக்கு பேசி வெச்சுண்டு...'

மணவாளன், 'யு ஆர் எ நட்' என்று சொல்லிட்டு, 'வா குணா' என்று புறப்பட்டார்.

அத்தியாயம் பதினைந்து

ஆஸ்பத்திரியிலிருந்து கிருஷ்ணமூர்த்தியை ஆறாம் தேதி டிஸ்ஜார்ஜ் செய்தார்கள். பிஸியோதெரப்பிஸ்ட் கையைக் காலை ஆட்டிப் பயிற்சிகள் சொல்லித் தந்து அதை ஒரு நோட்டுப் புத்தகத்தில் எழுதிக் கொடுத்தாள். அவனை வீட்டுக்கு அழைத்துப் போக மணவாளன் வந்திருந்தார்.

'எப்ப ஆபீஸ் திரும்ப வரே?' என்று கேட்டார் காரில்.

'இதோ இப்ப வரேன் மணவாளன்...'

'இல்லைப்பா, ஆபீஸுக்கு வர்ற ஒண்ணாம் தேதி வந்தா போதும். வீட்டுல கொஞ்சம்... ஆனா உன்னைத் தனியா விடறதுக்குத்தான் பயமா இருக்கு...'

'பயப்படாதீங்க மணவாளன்! இன்னொரு முறை முயற்சி பண்ணமாட்டேன்.'

'எப்படி உத்தரவாதமா சொல்ற?'

'ஒரு புத்தகத்தில் படிச்சேன்... தற்கொலை பண்ணிக்கிறவன் சட்டுபுட்டுன்னு முடிச்சிருவான். என்னை மாதிரி இழுத்தடிக்க மாட்டான். நான் உள்ளுக்குள்ள கோழை. கடைசி நிமிஷத்தில உயிர் வாழ ஆசை வந்து காரைத் திருப்பியிருக்கேன்.'

'அப்படியில்ல... அந்த டிரைவர் சொன்னானே... நேர வந்து பாஞ்சியாம். அவன்தான் சாமர்த்தியமா திருப்பிக் காப்பாத்தினானாம். முந்நூறு ரூபா கொடுத்தேன். ஏதாவது வாங்கிக்கன்னுட்டு...'

'மணவாளன், நான் இனிமே ஸ்டெடி ஆயிட்டேன்.'

'மூர்த்தி! உன்னைப் பாத்தா எப்படி இருக்கு தெரியுமா? பயமா இருக்கு. எந்த வேளையில் டாப்பிக்கை எடுக்கப் போறி யோன்னு. அன்னிக்கு நீ ஹால்ல பேசிக்கிட்டு இருந்ததை ஒட்டுக் கேட்டிருக்கா என் பெண்டாட்டி. 'ஹாங் காங்கில் என்ன ஆச்சு... என்ன ஆச்சு'னுபோட்டுத் துளைக்கிறா... வி ஜஸ்ட் வாண்டட் எ குட் டைம். அதைப் போய் பெரிசா மனைவிக்குத் துரோகம் அது இதுன்னு சாமியார்ட்ட போய்...'

'இப்ப அதெல்லாம் நடக்காது.'

'மூர்த்தி, நீ எனக்கு ரொம்ப முக்கியம்பா. ரொம்ப வேணும். நீ விட்டுப் போய்ட்டன்னா கம்பெனில எனக்குச் சமாளிக்க முடியாம நஷ்டமாயிடும். அட்லீஸ்ட் உனக்குப் பதிலா இன்னொரு ஆளை ட்ரெய்ன் பண்ணற வரையிலாவது...'

தப்பாக ஆரம்பித்து விட்டோம் என்று மணவாளன் நிறுத்திக் கொள்ள.

'அதுவரையிலாவது தற்கொலை பண்ணிக்காம இருன்னு சொல்றீங்க மணவாளன். உங்ககிட்ட ஒண்ணு பிடிச்சிருக்கு... உங்க சுயநலத்தை நீங்க மறைக்கிறதில்லை. தட்ஸ் எ க்ரேட் க்வாலிட்டி... துரியோதனன் போல...'

'ஸாரி... நான் அந்த அர்த்தத்தில் சொல்லலை மூர்த்தி. நீ வேலையில் உன் துக்கத்தை மறக்க முடியணும். அதுதான் முக்கியம்.'

'மறந்தாச்சு சார்... இப்ப எத்தனை நாளாச்சு? ஒண்ணரை மாசமா? இப்பவே மனைவியும் மகளும் மஞ்சு போல புகையாய்ட் டாங்க... இன்னும் ஒரு வாரத்தில் உங்ககூட சேர்ந்துண்டு தண்ணி யடிச்சுட்டு உங்க ஜோக்குக்கெல்லாம் சிரிக்க ஆரம்பிச்சுடுவேன். நார்மலாயிடுவேன்! கவலையே படாதீங்க.

'நீ இப்ப பேசறது நார்மல்ங்கறியா?'

'பின்னே?'

'இல்லைப்பா. யு ஆர் ஸ்டில்... ஸ்டில்...'

'எதையாவது கற்பனை செய்துக்காதீங்க...'

வீட்டுக்குச் சென்றபோது கல்யாணி, ஆண்டாளின் அடையாளங் கள் அனைத்தும் துப்புரவாக நீக்கப்பட்டு, புதிய பெயிண்ட் வாசனை அடித்தது. சரோவைக் கூப்பிட்டு, 'அக்கா, எங்க அதெல்லாம்...'

'எதெல்லாம்...?'

'படுக்கை, டிரஸ்ஸிங் டேபிள்... கல்யாணியோட புடவை...'

'எல்லாம் எடுத்து அந்த ரூமுக்குள்ள போடச் சொல்லிட்டாரு.'

'யாரு?'

'மணவாளன்தான்...'

'அக்கா... அவருக்குத்தான் புத்தி இல்லைன்னா உனக்குமா?' என்று சத்தம் போட்டான். 'அவன் யாரு என் வீட்டுல என் பொண்டாட்டி புடவையெல்லாம நோண்டறதுக்கு?'

சரோ பயந்து, 'சும்மா என்னைப் போட்டுக் காச்சாதே... அத்திம்பேரும் இதுக்கு உடந்தை. அவர் வந்ததும் கேளு.'

'அப்படியே அவா ரெண்டுபேர் ஞாபகத்தையும் துடைக்கணுமா அக்கா? கொஞ்ச நாள் அவாளைப்பத்தி நெனைக்கக்கூடாதா? அக்கா, எதுக்காக இப்படிப் போட்டு என்னை...'

'மூர்த்தி நீ செய்த காரியம் என்னன்னு தெரியுமோல்லியோ?'

'தெரியும். தற்கொலை பண்ணிக்க முயற்சி. ஆனா அதைத் திரும்பச் செய்யறதா உத்தேசம் இல்லை அக்கா. எனக்கு ஞானம் வந்துடுத்து. இனிமே எதுக்கும் பயந்துக்க வேண்டாம். ஒழுங்கா கார்த்தால இட்லி, காபி சாப்பிட்டுட்டு ஆபீஸ் போகப்போறேன். அங்க ஒழுங்கா வேலை பார்த்துட்டு... அக்கா, நீயும் காஞ்சிபுரம் திரும்பப் போகலாம். அத்திம்பேர்ட்ட சொல்லு, 'மூர்த்திக்குச் சரியாப்போச்சு, துக்கம் விலகிட்டது. இனிமே நார்மல்'னு...'

'இப்படியெல்லாம் நீ பேசினதே இல்லையேடா மூர்த்தி.'

'இப்படியெல்லாம் இதுவரைக்கும் பெண்டாட்டியையும் பொண்ணையும் இழந்ததே இல்லையே அக்கா' என்று மூர்த்தி கண்களில் இயல்பாக நீர் வழியச் சொன்னான்.

'வா, உக்காந்து காபி சாப்பிடு.'

படுக்கைமேல் உட்கார்ந்து அக்காவுடன் சின்ன வயசு சமாசாரங்களைப் பேசினான். 'அக்கா, கல்யாணத்தில் எடுத்த வீடியோ யார்ட்ட இருக்கு?'

'அதை அவா வீட்டுலதான் வெச்சிருக்கா.'

'ஒரு காப்பிதான் எடுத்தாளாமா?'

'அப்படித்தான் தோண்றது.'

'அதில கல்யாணியும் ஆண்டாளும் இருக்காளோல்லியோ?'

'தெரியாதுப்பா. நான் சரியாகவே பார்க்கலை'- அக்கா அவன் நேர்ப்பார்வையைத் தவிர்த்தாள்.

'அந்த வீடியோ எடுத்த கம்பெனி பேராவது தெரியுமா?'

'அதெல்லாம் பெண் வீட்லதான் கேக்கணும். அவாதானே ஏற்பாடு பண்ணா.'

'நான் பார்க்கவேண்டாமா அக்கா?'

'காட்டவேண்டாம்னு பேசிண்டா.'

'பின்ன எப்பத்தான் காட்டுவாங்க?'

'இன்னும் கொஞ்ச நாள் போகட்டும். ஒரு மாசம் போகட்டும்னு டாக்டர்தான் சொன்னார்.'

'அவன் கிடக்கான் மடையன். நான் இப்ப அதைப் பார்த்தாகணும். அத்திம்பேரைக் கேளு... பெண் வீட்டு போன் நம்பர் இருக்கா காஞ்சிபுரத்தில்?'

'அத்திம்பேர்ட்ட இருக்கு. இப்ப அதைப் பார்த்து என்ன பிரயோஜனம்டா மூர்த்தி? அதைப் பார்த்தா மனசு இன்னும் கலங்கிப் போகும்.'

கொஞ்சம் யோசித்து, 'அதுகூட வாஸ்தவம்தான், வீடியோ பார்க்கறதால அவா உயிர் திரும்பிடுவாளா என்ன?' என்று தன் அறைக்குச்

சென்றான். மேஜை இழுப்பறையில் உருவிப் பார்த்தான். கல்யாணி யின் கடிதங்கள் ஏதாவது கிடைக்கிறதா என்று பார்த்தான். பிரசவத்துக்குப் போயிருந்தபோது நான்கைந்து கடிதங்கள் எழுதியிருக்கிறாள். அதை 'டேவிட் காப்பர்ஃபீல்'டில் செருகி வைத்திருந்தான். ஒருமுறை இருமுறை அதை அவளுக்குப் படித்துக்காட்டிக் கேலி செய்வான்.

கடிதங்கள் பத்திரமாக இருந்தன. மொத்தம் நான்கு.

ப்ரியமுள்ளவருக்கு,

கல்யாணி எழுதிக் கொண்டது. இப்பவும் இங்கே அப்பா, பாச்சு எல்லாரும் நலம். அங்கே நீங்கள் சௌக்கியமா? புறப்படுகிற அவசரத்தில் காஸ் சிலிண்டரை மூட மறந்துவிட்டேன். பால்காரனிடம் அரை லிட்டர் குறைத்துக் கொள்ளவும். சொல்ல மறந்துவிட்டேன்... வேலைக்காரியை நிறுத்தவும். மறந்து விட்டேன். அதனால் இந்தக் காரியங்களைத் தவறாமல் செய்யவும். இங்கே ஸ்கேன் பார்த்து பெண்தான் என்று சொல்லிவிட்டார்கள். அம்மாவுக்குக் கொஞ்சம் குறைதான். ஆனால், எனக்கு ரொம்ப சந்தோஷம்தான். உங்களுக்கு சந்தோஷம்தானே? இப்போதே பேர் வைக்க ஏற்பாடு பண்ணிவிடவும். நீங்கள் எழுதியிருக்கும் பெயர்கள் இரண்டுமே நன்றாக இல்லை. இங்கே நீங்கள் இல்லாமல் சில நேரங்களில் ரொம்பவும் தாபமாக இருக்கிறது. குழந்தை பிறப்பைப் பற்றிக் கவலையாகவும் உற்சாகமாகவும் இருக்கிறது. அம்மா! என்னதான் வலியை விவரித்தாலும் சொந்தமாக அனுபவித்தால்தான் தெரியும். கோயிலுக்குத் தினம் போகிறேன். அப்பா சாயங்காலம் வாக்கிங் அழைத்துப் போகிறார். கோத்தாரி மாமா வந்து நீங்கள் சமையல் செய்யும், துணி தோய்க்கும் அழகை ரொம்ப விஸ்தாரமாக தமாஷாகச் சொன்னார். ராத்திரி என்னை நினைத்துக்கொள்கிறீர்களா? ஆபீஸில் ரொம்ப கொஞ்ச வேண்டாம். என்னைப் பார்த்தால் சிரிப்பீர்கள். சின்னப் பசுமாடுபோல இருக்கிறேன். ஒரு இடத்தில் ஒரு நிமிஷத்துக்குமேல் இருப்புக் கொள்வதில்லை. பிள்ளை பெறுவது ரொம்ப இம்சை. மாற்றி மாற்றி ஆணும் பெண்ணும் பிள்ளை பெற வேண்டும் என்று ரூல் கொண்டு வந்தால் நல்லது. இதில் உள்ள கஷ்டங்கள் உங்களுக்குப் புரியும். இத்தனைக்கும் பொஸிஷன் எல்லாம் நார்மலாக

இருப்பதாகவும் பிரசவத்தில் ஏதும் சிக்கல் இருக்காது என்றும் டாக்டர் சொன்னாள். டாக்டரை நீங்கள் பார்க்க வேண்டும். முப்பத்தைந்து வயது என்று சொல்ல முடியாது. நீங்கள் உத்தரவாதமாக, சைட் அடிப்பீர்கள். (இந்த வார்த்தைகள் எல்லாம் நீங்கள் கற்றுக் கொடுத்தது.) ராத்திரி போர்ன்விட்டா சாப்பிடுகிறீர்கள் என நினைக்கிறேன். அதிகம் படிக்க வேண்டாம். சமர்த்தாக ஃபேவரைட் தலைகாணியைக் கட்டிக்கொண்டு படுத்திருங்கள்.

அன்பு முத்தங்களுடன் கல்யாணி.

கல்யாணி என்ற கடைசி எழுத்தில் அவன் கண்ணீர் விழுந்து அதை மழுப்பியது. அவனுள் கல்யாணியைப் பார்க்கவேண்டும் என்ற இச்சை பலமாக... மிகப் பலமாக எழுந்தது. ஆபீஸுக்கு போன் பண்ணி பார்த்தசாரதியிடம் ஒரு கார் அனுப்பச் சொன்னான்.

ஒரு மணி நேரத்தில் காஞ்சிபுரத்துக்குச் சென்றான்.

'மிஸ்டர் அனந்த நாராயணன்னு... அவர் டாக்டருக்குக்கூட ரீஸண்டா கல்யாணம் ஆச்சே?'

'இந்த வீடுதான். நீங்க வந்து?'

'பையனுக்கு மாமா, மூர்த்தி.'

'ஓ! நீங்க சுமா கல்யாணத்துக்கு வந்திருந்தீங்க இல்லையா?'

'ஆமா, இந்தப் பக்கம் ஆபீஸ் காரியமா வந்தேன். கல்யாணத்தில் எடுத்த வீடியோ உங்ககிட்ட இருந்தா வாங்கிண்டு வரச் சொன்னா.'

'அதை அவா எடுத்துண்டு போயிருக்காளே...'

'எங்க?'

'ஹனிமூனுக்கு. மதுரைல அவா சிஸ்டர் வீட்டுல பார்க்கணும்னா... அதைக் கொண்டு போயிருக்கா. இன்னிக்கு கொடைக்கானல்லா இருக்கா.'

'அந்த வீடியோ எடுத்த ஸ்டூடியோ பேராவது சொல்ல முடியுமா?'

'சொல்றேனே. டேய் அம்பி, யார்ரா அங்கே... அந்த கல்யாண அக்கௌண்ட் ஃபைலக் கொண்டுவா. உக்காருங்கோ.'

'பரவால்லை.'

'அந்தக் கல்யாணத்தில் ஒரு அசம்பாவிதம் நடந்து போச்சு.'

'தெரியும்' என்றான் மூர்த்தி.

'ஓம் வீடியோ' என்று பிரதான கடைத்தெருவில் மாடியில் இருந்தது. அங்கே போனபோது குழந்தை போட்டோவும் ஜெமினி கணேசன் வந்திருந்த போட்டோவும் கல்யாண போட்டோவும் பயில்வான்களின் போட்டோவும், ஒரே ஆள் மூன்று தோற்றத்தில் போட்டோவுமாக மாட்டப்பட்டிருந்தன. 'நாங்கதாங்க வீடியோ எடுத்தோம். ஒரு காப்பிதான் எடுத்தோம். முதல்ல ஒரு டேப்பில் எடுத்து அதிலிருந்து எடிட் பண்ணி மற்றொரு டேப்பில் மாத்துவோம். உங்களுக்கு இன்னொரு பிரதியே வேணுமா?'

'இல்லைங்க நீங்க முதல்ல எடுத்த எடிட் பண்ணாத டேப்பு இருந்தா பார்க்கறேன்.'

'இருங்க.'

மூர்த்தியின் இதயம் முட்டியது.

'இதில் என்ன வேணும்?'

'பார்க்கணுங்க.'

'நம்ம மற்ற ஸ்டூடியோவுக்குப் போகணும். எதுக்குப் பார்க்க ணும்?'

'இதில் என் மனைவியும் பெண்ணும் இருக்காங்க.'

'ஓ! ஞாபகம் வருது. டான்ஸ் ஆடிச்சே. அழகா ஒரு குழந்தை....'

'ஆமாங்க.'

'இருக்குதுங்க. வாங்க பாத்துரலாம். இப்பல்லாம் காமிராலயே போட்டு எடிட் பண்ணிரலாங்க. டைட்டில் எஃபெக்ட்ஸ் எல்லாம் கூடக் கொடுக்கலாம். நம்ம ஸ்டூடியோல ரெண்டு டேப் போட்டு மிக்ஸ் பண்ற வசதி வெச்சிருக்கேன். ஐந்நூறு ரூபா

கொடுக்க மூக்கால அழறாங்க. கார்ல வந்திருக்கீங்களா? முத்து, கடையைப் பார்த்துக்க... அருணாசலம் வந்தா இப்பதான் கழுவிட்டு இருக்கார்னு சொல்லு.'

மற்றொரு மாடியில் மற்றொரு அரையிருட்டில் காலி கோப்பைகளும் சிகரெட் புகையும் பரவிய இடத்தில் ஒரு காஸெட் பொருத்தப்பட்டு அருகே இருந்த டி.வி. திரையில் பிம்பங்கள் முதலில் கிறுக்கல்களாக ஆரம்பித்து கரைந்து மாப்பிள்ளை அழைப்பில் தொடங்கியது.

அத்தியாயம் பதினாறு

அந்த வீட்டில் மாப்பிள்ளையோ பெண்ணோ மற்றவரோ யாரும் கிருஷ்ணமூர்த்தியின் கண்களுக்குத் தெரியவே இல்லை. முதன் முதலாகக் கல்யாணி சற்றுத் தூரத்தில் காட்சிக்குக் குறுக்கே தெரிந்து, கையில் காபி கொண்டுவந்து நாற்காலியில் உட்கார்ந்திருந்தவரிடம் கொடுத்துவிட்டு மறைந்தாள்.

'எங்கே... அதை மறுபடி ரிவைண்ட் பண்ணிப் போடுங்க...' என்றான் கிருஷ்ணமூர்த்தி.

ஸ்டுடியோக்காரர் அவனைச் சந்தேகமாகப் பார்த்து 'என்னங்க... நீங்க ஏதாவது போலீஸா?'

'இல்லைப்பா. இந்தம்மாதான் என் மனைவி...'

'ஓ, அப்படியா! அவங்க வரலையா?'

'இல்லை...'

'கொஞ்சம் இருங்க... எங்கெங்க இந்தம்மா வந்திருக்காளோ, அதையெல்லாம் பார்க்கணும் உங்களுக்கு. அவ்வளவ்தானே?'

'ஒரு குழந்தை டான்ஸ் ஆடித்து... அதையெல்லாம் வீடியோ எடுத்தாங்க...'

'கொஞ்சம் இருங்க...'

ஃபார்ஸ்ட் ஃபார்வர்டில், திரையில் சார்லி சாப்ளின் படம்போல, கல்யாண காரியங்கள் அவசரமாக நடந்தன. ஊஞ்சல் வெகு வேகமாக ஆடியது. காசி

யாத்திரை தண்டி யாத்திரை போல இருந்தது. அருகே இருந்த பையன் சிரிக்க, ஸ்டூடியோக்காரர் அவனைப் பட்டென்று அறைந்து 'என்னடா சிரிப்பு?' என்றார்.

'இதோ...'

இப்போது ஆண்டாள் ரோஜா கிருஷ்ணமூர்த்தி நிஜமாகவே ஆண்டாள் வேஷம் போட்டுக்கொண்டு கொண்டையும், இரட்டையாகச் சுற்றப்பட்ட பட்டுப் புடைவையும், கனம் தாளாமல் அவ்வப்போது அதைச் சேகரித்துக்கொண்டு எதிரே கேமராவின் வலது பக்கத்தில் அம்மாவைப் பார்த்து, 'போறும்... போறும்மா குத்தறது' என்று சொல்ல, ஒரு தடவை அனாயாசமான ஸூம்மில் ஆண்டாள் முகம் திரை முழுவதையும் ஆக்கிரமிக்க... அவள் கன்னத்தில் சதைப்பற்றும், நெற்றிப் பொட்டும், வகிட்டில் நகையும், பயங்கலந்த சிரிப்பும் ஒரு நிமிஷம் சாசுவதம் பெற்றிருந்தன.

மற்றொரு இடத்தில் ஆண்டாள் 'ஏக் தோ தீன்' ஆடினாள். கிருஷ்ணமூர்த்தி கண்ணீரை மறைக்கக் கறுப்புக் கண்ணாடி போட்டுக்கொண்டான்.

'ஐயா, இந்த டேப்பில் இந்தம்மாவும் குழந்தையும் இருக்கிறதை மட்டும் எடிட் பண்ணி தனி டேப்பா போட்டுக் கொடுப்பீங்களா?'

'செய்றேங்க. கொஞ்சம் டயமாகும்...'

'பரவால்லை... காத்திருக்கேன்.'

'காலையில கொடுக்கறேன்...'

'பரவால்லை, காத்திருக்கேன்.'

'கொஞ்சம் சார்ஜாகும்...'

'பரவால்லைங்க...'

'அப்ப கடைப்பக்கம் போய்ட்டு வாங்க. நான் சாயங்காலமே ரெடி பண்ணி வைக்கிறேன்...'

காஞ்சிபுரத்தின் கடைத்தெரு உற்சாகத்தில் அவனால் பங்கேற்க முடியவில்லை. மக்கள் எதற்கு பூ, பாத்திரமெல்லாம் வாங்குகிறார்கள் என்பது புரியவில்லை. ராட்டினத்தில் நான்கு

குழந்தைகள் உற்சாகமாகச் சுற்றிக்கொண்டிருக்க, தாய்மார்கள் வேடிக்கை பார்த்துக்கொண்டிருந்தார்கள். இஷ்டப்படி நடந்து கோயிலுக்கு வந்து, மண்டபத்தில் உட்கார்ந்துகொண்டான்.

தூரத்திலிருந்தே அந்தப் பெண் அவனைப் பார்த்துக்கொண்டிருந் தவள் மெள்ள அவனை அணுகுவதை ஆர்வமில்லாமல் கவனித் தான்.

கிட்ட வந்தபோது, 'ஹலோ, ஞாபகம் இருக்கா?' என்றாள்.

நிமிர்ந்து பார்த்தான்.

'சுப்ரியா... ஆஸ்பத்திரியில பார்த்தமே!'

'ஸாரி, ஞாபகமில்ல.'

'உடம்பு சரியாப் போச்சா? என்ன சார்? என்னை ஞாபகமில்லையா? தோத்த கேஸ். கோபிநாத் அறிமுகப்படுத்தி வெச்சார். உங்களுக்கு ஆறுதல் சொல்லவந்த சுப்ரியா... ஞாபகமில்லையா?' அந்தப்பெண்ணின் ஒற்றை வளையல் கரம் ஞாபகம் வந்து அவள் கையைப் பார்த்தான்.

'இப்பல்லாம் நிறைய வளையல் போட ஆரம்பிச்சுட்டேன். ஆமா, நீங்க எப்படி காஞ்சிபுரத்தில?'

'சுப்ரியா, ஐம் நாட் இன் எ மூட் டு டாக்...'

'ஸாரி, நான் போய்டட்டுமா?'

'அது உன் இஷ்டம்...'

'சாமி கும்பிட வரலையா - வரதராஜப் பெருமாள்...'

'இல்லை...'

'தேங்காய் சாப்பிடறீங்களா?' அர்ச்சனைத் தேங்காயைக் கல்லில் நெத்தி ஒரு விள்ளல் கொடுத்தாள்.

'தாங்க்ஸ்' என்று அதை வாங்கிக்கொண்டு பேசாமல் இருந்தான். அவனருகில் கல்லில் உட்கார்ந்துகொண்டாள்.

'உக்காரலாமில்லையா... அப்ஜெக்ஷன் இல்லையே?'

'இல்லை...'

'காஞ்சிபுரத்துக்கு எதுக்கு வந்தீங்க?'

'ஜஸ்ட் லைக் தட்' என்றான்.

'என் பிரதர் இங்க இருக்கார், டாக்டர். அவர்கிட்ட ரெண்டு மாசம் நிம்மதியா இருக்கலாம்னு வந்தேன். போர் அடிச்சுப் போச்சு. நீங்க கார்ல வந்திருக்கீங்களா?'

'ஆமா...'

'எப்ப மெட்ராஸ் போறீங்க?'

'காலைல...'

'என்னையும் பிக்கப் பண்ணிப்பீங்களா?'

'சரி...'

'அப்பாடா! ரெண்டு மூணு வார்த்தை பேசிட்டீங்க...'

சும்மா தன் கையைப் பார்த்துக்கொண்டு எதிரே சாரிசாரியாகப் போகும் உற்சாக ஜனங்களை உற்சாகமற்றுப் பார்த்தான். 'இங்கே அண்ணங்கராச்சாரியார்னு ஒரு வைஷ்ணவப் பெரியவர் இருந்தார் தெரியுமா உங்களுக்கு? தன் லைஃப்ல...' அவன் மௌனத்தைப் பொருட்படுத்தாது, 'தன்னுடைய பத்தாவது வயசிலேயே அவர் சமஸ்கிருதத்தில் பிரசங்கம் பண்ண ஆரம்பிச்சுட்டார். நானூறு புஸ்தகம் எழுதியிருக்கார்.'

அவளை முதன் முறையாக முழுசாகப் பார்த்து, 'இதெல்லாம் எங்கிட்ட எதுக்குச் சொல்றீங்க?'

'எதாவது உங்ககிட்ட பேச்சு கொடுக்கத்தான்...'

'தேவையே இல்லை...'

'உங்களைப் போல நானும் மரண விளிம்பைத் தொட்டவள்ங்கற ரீதியில, ரெண்டு பேருக்கும் பொதுவா இருக்கிற அதிகப்படியான துக்கத்தினாலே உங்ககிட்ட திரும்பவும் பேசறேங்கறது உங்களுக்குப் புரியலையா?'

'ஸாரி! துக்கம்ங்கறது இன்டன்ஸ்லி பர்ஸனல். அதை யாராலயும் பங்கிட்டுக்கொள்ள முடியாது.'

'அதில் இருக்கிற இழப்பு எல்லாருக்கும் பொதுவானதுதானே...'

நிறமற்ற வானவில் 127

'இருக்கலாம். அதன் பாதிப்பு பேருக்குப் பேர் வேறுபடும்...'

'இல்லை. நம்ம ரெண்டு பேரையும் துக்கம் ஒரே மாதிரி பாதிச் சிருக்குன்னுதான் சொல்லணும். எப்படின்னா, ரெண்டு பேரும் தற்கொலைக்கு முயற்சி பண்ணிருக்கோம்.'

அவளை முதன்முறையாகச் சற்றே ஆர்வத்துடன் பார்த்தான். 'ஏதோ சொன்னீங்க நீங்களும்... மறந்துபோய்ட்டேன்...'

'உங்களைப் போல அத்தனை டிராமாட்டிக்கா பஸ்ல போய் விழலை நான். எனக்குத் தெரிஞ்சது மாத்திரைகள்!'

'எப்படிக் கிடைச்சது உங்களுக்கு...?'

'சுமார் நாற்பது மெடிக்கல் ஷாப்பில அலைஞ்சு குருவி சேக்கறாப்பல சேர்த்தேன்...'

'வேற முறைகள் இருக்கே...'

'இருக்கலாம். ஆனா, பத்தவைக்கிறது, மாடிலேந்து குதிக்கிறது எல்லாம் எனக்குப் பிடிக்காது...'

'ஏன்?'

'செத்துப் போறதிலயும் அழகு வேணும். பாடியைப் பார்த்தா அமைதியா தூங்கறாப்ல இருக்கணும். அப்படித்தான் இருந்தார் ராம்பிரகாஷ். செத்துப்போயிருக்கார்னு சொல்லவே முடியலை. தொட்டா எழுந்துடுவார் போல்தான் இருந்தார். சின்னதா உதட்டுல சிரிப்பு பாக்கியிருந்தது. என்னவோ வாழ்க்கையே ஒரு ஜோக் போலவும் அதைப் புரிஞ்சுண்டது போலவும் அமைதியா இருந்தார்!'

'ராம்பிரகாஷ்ங்கறது...'

'என் ஹஸ்பண்ட், முப்பத்திரண்டு வயது...'

'ஸாரி...'

'துக்கம் உங்க ஏகபோக உரிமையில்லை மிஸ்டர்... மூர்த்திதானே உங்க பேரு?'

'நான் அப்படிச் சொல்லலை. அது பர்ஸனல்னு சொல்றேன்.'

'வாஸ்தவம்தான். என் கணவரைப்பத்தி எனக்கு இருக்கிற நினைவுகளும், உங்க மனைவியைப்பத்தி உங்களுக்கு இருக்கிற நினைவுகளும் வேற வேறதான்!'

'இருந்தாலும் உங்களுக்கு என் ஆழ்ந்த அனுதாபங்கள். உங்க துக்கத்தோட உக்கிரத்தை என்னால புரிஞ்சுக்க முடியறது...'

'அதனால்தான் அன்னிக்கு உங்களை நாடி வந்தேன். இன்னிக்கு உங்களைப் பார்த்த உடனே பேச விரும்பினேன். நான் வரட்டுமா?'

'காலைல எங்கூட வர்றதா சொன்னீங்களே?'

'இல்லைங்க... என் பிரதர்கிட்ட சொல்லி ஏற்பாடு பண்ணச் சொல்லிடறேன். கவலைப்படாதீங்க...'

அவள் சட்டென்று புறப்பட்டுச் சென்றுவிட, 'கோபப்படும் படியாக ஏதாவது பேசிவிட்டோமோ' என்று கிருஷ்ணமூர்த்தி எண்ணினான்.

இதைப் பற்றியெல்லாம் அலட்டிக்கொள்ள இது தருணம் இல்லை.

மறுபடி அந்த வீடியோ கடைக்குச் சென்றபோது கடைக்காரன் ஒரு டேப்பில் பதிவு செய்து தயாராக வைத்திருக்க, கிருஷ்ண மூர்த்தி, 'எவ்வளவுங்க?'

'கொடுங்க உங்க இஷ்டம். காலி டேப்பே நூத்தம்பது...'

மூர்த்தி அவனுக்கு ஐந்நூறு ரூபாய் கொடுத்தான்.

திரும்ப காருக்கு வந்தபோது அந்தப் பெண்ணை அதிகமாக அலட்சியப்படுத்திவிட்டோம் என்கிற ஆதங்கம் இருந்தது. அதே சமயம் அவள் எக்கேடு கெட்டுப்போனால் என்ன என்றும் தோன்றியது.

டிரைவர், 'இப்ப எங்கங்க போகணும்?'

'ஊருக்குத்தான், ஸ்ரீபெரும்புதூர் பக்கத்தில் ஆக்ஸிடென்ட் நடந்ததே... அந்த இடம் தெரியுமா?'

'தெரியாதுங்க' என்றான் டிரைவர் அவசரமாக.

'நான் காட்டறேன்...'

‘வேண்டாங்க, அங்கல்லாம் போக வேண்டாம்னு மணவாளன் ஐயா சொல்லியிருக்காருங்க...’

‘முட்டாளே! மெட்ராஸ் போறதுக்கு அந்த இடத்தைக் கடந்து தான் போகவேண்டி வரும்...’

‘அங்க நிக்கவேண்டாம்னு ஐயா...’

‘இதப்பாரு... உங்கய்யா சொன்னாரு, ஐயா சொன்னார்னு இனிமே எங்கிட்ட எதும் சொல்லாதே... கெட்ட கோபம் வரும்...’

பஸ் நிலையத்தில் அந்தப் பெண் கையில் ஒரு பெட்டியுடன் நின்றுகொண்டிருந்தாள்.

‘கொஞ்சம் நிறுத்துப்பா!’ என்றான்.

வேறு எங்கோ பார்த்துக்கொண்டிருந்தவளை ‘சுப்ரியா’ என்று அழைத்தான்.

அவள் திரும்பி, ‘அட, நீங்களா?’ என்றாள்.

‘எங்க போறீங்க?’

‘மெட்ராஸ்தான் போகணும். அண்ணா நாளைக்குத்தான் கொண்டு விடுவேன்னு சொன்னார். பஸ் ஏறிப் போய்டறேன்னு...’

‘ஏறிக்குங்க... நான் மெட்ராஸ்தான் போறேன்...’

‘உங்களுக்கு ஏதும் ஆட்சேபணை இல்லையே...’

‘இல்லை...’

அவள் முன் ஸீட்டில் டிரைவர் அருகில் உட்கார்ந்தாள். ‘இப்பதான் போறார் எங்கண்ணா. தெரிஞ்சா அறிமுகப்படுத்தி இருப்பேன்...’

கார் விரைவு பெற, அவள் கூந்தல் காற்றில் அலைந்தது. முதலாக அவள் முழு முகத்தைப் பார்த்தான். லேசாக, இருந்தும் இல்லா ததும் போல பொட்டு வைத்திருந்தாள். கழுத்தில் நகைகள் எதுவும் இல்லை. புடைவை மஞ்சளில் இருந்தது. தன் தோற்றத்தைப் பல விதங்களில் குறைத்துச் சொல்லும் முயற்சி இருந்தது. பவுடர் இல்லாமல் எந்தவிதமான அலங்காரமும் இல்லாமல்.

‘என்ன பார்க்கறீங்க? ‘என்றாள்.

‘ஒண்ணுமில்லை...’

அவன் மனத்தைப் படித்தவள் போல, ‘அந்த இழப்புக்கு அப்புறம் வாழ்க்கைல எதையெடுத்தாலும் ப்ரகாஷ் இல்லையே, ப்ரகாஷ் இல்லையேன்னு குற்ற உணர்வு ஏற்படறது. அண்ணா அன்னிக்கு ஏதோ சினிமா நல்லா இருக்குன்னு கூப்பிட்டார். வரேன்னு சொல்லிட்டுக் கடைசி நிமிஷத்தில ‘நீங்க போய்ட்டு வாங்க’ன்னு அனுப்பிட்டேன்...’

‘ஏன்?’

‘ஃபீல் கில்ட்டி. குற்ற உணர்வு...’

அவன் மௌனமாக இருக்க,

‘ஆண்களுக்கு அப்படி இருக்குமோ என்னவோ...’

வீடியோ காஸெட்டை எடுத்து வைத்துக்கொண்டான்.

‘அது என்ன?’

‘என் பெண்ணும் மனைவியும் இருக்கிற வீடியோ காஸெட்.’

‘எங்கிட்ட என் கல்யாண காஸேட்டே இருக்கு...’

‘கல்யாணம் எப்ப ஆச்சு?’

‘சரியா ஒண்ணரை வருஷம் முன்னாடி.’

‘அப்படியா... அப்ப உங்க கணவரோட....’

‘நான் என் கணவரோட சரியா பதினெட்டு நாள் வாழ்ந்தேன்’ என்றாள் சுப்ரியா.

அத்தியாயம் பதினேழு

'பதினெட்டு நாளா?' என்றான் கிருஷ்ணமூர்த்தி நிதானமிழந்து.

'ஆமாம்... சரியா பதினெட்டு நாள்.'

'ஸாரி, ஸாரி! இட் மஸ்ட் ஹவ் பீன் டெர்ரிபிள்.' புதிதாகப் பிறந்த அனுதாபத்துடன் சுப்ரியாவைப் பார்த்து 'உங்களுக்கு எப்படி ஆறுதல் சொல்றதுன்னு தெரியலை. இத்தனை பெரிய இழப்பை எப்படிச் சமாளிச்சீங்க?'

'உங்களைப் போலத்தான்... முதல்ல தற்கொலை முயற்சி, அப்புறம் சமாதானம்.'

'பதினெட்டு நாள் சிநேகத்துக்கா?'

கார் புறப்பட, ஜன்னல் கண்ணாடிக் கதவைச் சற்றே தழைத்துக்கொண்டாள். கூந்தல் காற்றில் அலைந்தது.

'இந்த டேப்ரெகார்டரை நிறுத்துப்பா' என்று டிரைவரிடம் சொல்லிவிட்டு, 'பதினெட்டு நாளாயிருந்தாலும் கல்யாண ஆரம்பத்தைச் சேர்ந்த பதினெட்டு நாள். அத்தனை நாளும் ஏதாவது சொர்க்கத்தில்தான் இருந்தோம். பிரகாஷ் தமாஷ் பண்ணுவார். ரொம்ப ஜோக் அடிப்பார். காலையிலிருந்து இரவு தூக்கம் வரைக்கும் சிரிச்சுச் சிரிச்சுத் திகட்டிப் போய்டுத்து. அப்பா! எத்தனை பரிவு! எத்தனை இன்பம்! பிஸிக்கலா, மென்டலா பதினெட்டு நாள்ல பதினெட்டு வருஷத்துக்கு உண்டான சந்தோஷம் கிடைச்சது! அதனால்தான் என்னால் பிரகாஷை மறக்க முடியலே...'

'எப்படி இறந்தார்?'

'நதியில். இதில் சோகம் என்னன்னா... நல்லா நீந்தக் கூடியவர்!'

'ஸோ ஸாரி.'

இப்போது அவளைப் பார்த்தபோது கண்களில் நீர் கண்ணாடித் திரைபோல இருந்தது. அதைத் துடைத்துக்கொள்ளாமல் இயல்பாக வழியவிட்டாள். மூர்த்திக்கு இவளை அலட்சியப்படுத்தியதில் குற்ற உணர்வு ஏற்பட்டது.

'துக்கம் மனித வாழ்க்கையிலேயே ரொம்ப ஆழ்ந்த உணர்வு. துக்கத்தைச் சமாளிக்கறதுதான் லைஃப்லயே ரொம்பக் கஷ்டம்.'

'உண்மைதான்.'

'ரெண்டு பேருக்கும் துக்கத்தில், இழப்பில் ஒற்றுமை இருக்கறதாலதான்...'

கார் சாலையில் நின்றது.

'என்னப்பா?'

'பங்க்ச்சர் மாதிரி தெரியுதுங்க...'

'ஸ்டெப்னி இருக்கா?'

'இருக்குங்க. அஞ்சு நிமிஷத்தில போட்டுர்றங்க' என்றான் டிரைவர்.

இருவரும் இறங்கி சாலையில் நடந்து தென்னந்தோப்பில் நுழைந்தார்கள். இருட்டில் பம்ப்செட் அருகில் மட்டும் வெளிச்சமிருந்தது.

'ப்ரகாஷுக்கு ஒரு ராணுவ ஆபீஸரைத் தெரியும். பங்களாதேஷ் ஆபரேஷன் போது இளநியை எல்லாம் துப்பாக்கி வெச்சுச் சுட்டு வீழ்த்தி, தாகத்துக்கு சீவிச் சாப்பிடுவாங்களாம்.'

'பிரகாஷ் என்ன வேலைல இருந்தார்?'

'சிவில் காண்ட்ராக்டர். நீச்சலெல்லாம் தெரியும். அன்னிக்கு என்னவோ தலைவிதி... சுழல்ல மாட்டிண்டு.'

சுப்ரியா கிணற்றுச் சுவரில் உட்கார்ந்துகொண்டு 'என்னால ஒண்ணுமே செய்ய முடியலை. பார்த்துண்டே இருந்தேன். கைவிரல்கள் தத்தளிக்கிறதைப் பார்த்தேன். என் கைல ரெண்டு வாட்ச். என்னது, அவரது! இன்னமும் வெச்சிருக்கேன். காப்பாத்த முடியாம போய்விட்டது. நானும் குதிச்சிருக்கணும். அவர்கூட போயிருக்கலாம்! மூர்த்தி... கணவனை இழந்தவளுக்கு லைஃபே இல்லை. என்னதான் இவங்க பெண் விடுதலை பேசினாலும்...'

'அப்படியா! எனக்கு ஆச்சரியமா இருக்கு!'

'அதில்லை. இப்ப நான் மறுமணம் செய்து கொள்றதோ பொட்டு இட்டுக்கறதோ பிரச்னை இல்லை. ஆனா ஒரு கல்யாணத்துடைய ஆயாசம் தீர்றதுக்கு ரொம்ப நாள் ஆறது... பதினெட்டு நாள் அல்பாயுசுக் கல்யாணமா இருந்தாலும் மென்டலா மனசில அடிச்சு நொறுங்கிப் போனதால அந்த பாடி, அந்த துக்கம், அந்த சடங்குகள் இவையெல்லாம் ஆறுவதற்கு ஒரு வருஷம் ஆச்சு மூர்த்தி. என் வாழ்க்கையின் உடைந்த குப்பைகளைச் சேர்த்துக்கொண்டு மற்றொரு முறை புதுசா ஆரம்பிக்க எனக்குத் திராணி இல்லை...'

'நானும் அப்படித்தான். ஒரு கல்யாணம் போதும்.'

'நாம இனிமே அடிக்கடி சந்திக்கலாம். உங்களுக்கு ஆட்சேபணை இல்லையே?'

'இல்லை.'

'நான் உங்களை செட்யுஸ் பண்ற மாதிரி நினைக்காதீங்க...'

'சேச்சே...'

'சார், வண்டி ரெடியாயிடுச்சு சார்' என்று டிரைவர் சொல்ல, இருட்டில் அவள் கைப்பிடித்துத் தூக்கும்போது தேவைக்கதிக மாகவே அழுத்தினான்.

காரில் பயணம் செய்யும்போது காரின் அசைவுகளுக்கு ஏற்ப அவன்மேல் அவள் இயல்பாகப் பட்டுக்கொண்டு வந்தாள். பூந்தமல்லியில் இறங்கிக்கொண்டு, 'நாம மறுபடி சந்திக்கலாம். போன் நம்பர் சொல்லுங்க' என்றாள்.

நம்பர் வாங்கிக் கொண்டு 'பை' என்று அவன் கையை ஒருமுறை அழுத்திவிட்டுச் சென்றாள்.

வீட்டுக்கு வந்தபோது சரோ அக்காவும் அத்திம்பேரும் வாசலில் காத்திருந்தார்கள்.

'எங்க போய்ட்ட மூர்த்தி?'

'காஞ்சிபுரத்துக்கு காஸெட் வாங்கி வர!'

'காஸெட்டை விடமாட்டியாப்பா. மணவாளன் போன் பண்ணியிருந்தார்.'

'என்னவாம்?'

'வந்த உடனே போன் பண்ணச் சொன்னார்...'

'எல்லாம் காலைல பார்த்துக்கலாம்' என்றபோதே போன் அடித்தது.

மணவாளன்தான்.

'மூர்த்தி... வந்து சேர்ந்தியா?'

'என்ன?'

'பீட்டர் தாம்ஸன் நாளை வரான். நாம அமெரிக்கா போறதுக்குப் பதிலா அவன் நம்மைத் தேடிண்டு வரான். நாளைக்குக் காலைல பத்து மணிக்கு மீட்டிங் வெச்சிருக்கேன். எம்.ஓ.யு. ஸைன் பண்ணணும்.'

'சரி. வரேன்.'

'மூர்த்தி, ஆர் யு ஆல்ரைட்?'

'ஆல்ரைட் மணவாளன்!'

'காஸெட் கிடைச்சுதா?'

'கிடைச்சது.!'

'பாரு... ஆனா, அதை வெச்சுண்டு 'ப்ரூட்' பண்ணாதே!

'தாங்க்ஸ்!'

'எதுக்கு?'

நிறமற்ற வானவில்

'உபதேசம் தர்றதுக்கு. நூறு ஜனங்கள் இருக்காங்க எனக்கு! குட்நைட்!'

'காத்தாலை மறக்காம வந்துரு!'

தாம்ஸன் வந்த உடன் மனைவி இறந்ததற்கு வருத்தம் சொல்லி விட்டு உடனே பிஸினஸ் பேச ஆரம்பித்தான். வியாபாரப் பேச்சில் மூளை ஒருபுறம் இயங்கிக் கொண்டிருந்தபோது, மற்றொரு தளத்தில் நதிக்கரையில் இரண்டு வாட்ச் கட்டிக் கொண்டு தவித்துக் கொண்டிருந்த சுப்ரியாவின் ஞாபகம் வந்தது. அவள் போன் நம்பர் கேட்டு வைக்க மறந்து விட்டேன். போன் பண்ணுவாள் என்று எதிர்பார்த்தான். காஸெட்டை எடுத்து வந்திருந்தான். ஆபிஸின் கான்ஃப்ரன்ஸ் அறையின் டிவியுடன் மல்டி சிஸ்டம் விஸிஆரும் இருந்தது. 'இடைவேளையில் போட்டுப் பார்த்து விடவேண்டும்.'

பீட்டர் தாம்ஸனுடன் ஷெராட்டனுக்கு லஞ்சுக்குப் போக வேண்டி வந்தது. பொத்தீக்கில் ஒரு பெண் கல்யாணி சாயலாக இருந்தாள். நீச்சல்குளத்தின் அருகில் வெள்ளைக்காரர்கள் தங்களை வெயிலில் வருத்திக்கொண்டிருக்க, தாம்ஸனும் மணவாளனும் பெண்களைப் பற்றிப் பேசிக்கொண்டிருந் தார்கள். 'இங்கெல்லாம் எவ்வளவு?' என்றான் பீட்டர் தாம்ஸன்.

'வேண்டுமா? ஆர் யு சீரியஸ் பீட்டர்?'

'ஜஸ்ட் க்யுரியஸ்' என்றான்.

'இஃப் யு ஆர் சீரியஸ்... ஒரு போன் கால் போட்டு அரேஞ்ச் செய்யறேன்.'

'வேண்டாம்' என்றான். 'எம்.ஓ.யு. கையெழுத்தாகட்டும். நம் நண்பர் கொஞ்சம் தீவிரமாக முனைந்தால் ராத்திரிக்குள் கான்ட்ராக்ட் செய்துவிடலாம்' என்றான் கிருஷ்ணமூர்த்தியைப் பார்த்து. அவன் எங்கோ நினைவில் இருந்தான், 'ரிலாக்ஸ் மூர்த்தி. மனைவி இழந்தால் உலகமே போய்விடவில்லை. அமெரிக்கா வில் இத்தனை அலட்டிக்கொள்ள மாட்டோம். சில தினங்கள் கறுப்பு அணிவோம்... அவ்வளவுதான்...'

திரும்பி வந்ததும் குணா, சுப்ரியா என்று யாரோ போன் பண்ணியிருந்தாகச் சொன்னாள்.

அவன் கண்களை நேராகச் சந்திக்காமல் சொன்னாள்.

'போன் நம்பர் கொடுத்தாளா?'

'இல்லை.'

'போன் நம்பர் கேட்டு வெச்சுக்கக் கூடாதா... என்ன குணா நீ!'

குணா அவனை நிமிர்ந்து பார்த்த பார்வையில் ஏமாற்றம் இருந்தது.

'மறுபடி போன் பண்ணா கேட்டு வெச்சுக்கறேன் சார். யார் இந்த சுப்ரியா?'

'என் ஃப்ரெண்ட்...'

'சந்தோஷம்' என்றாள். 'புதுசா ஃப்ரெண்டு கிடைச்சதால பழைய ஃப்ரெண்டுகளை மறந்துர மாட்டீங்களே...'

அதற்குப் பதில் சொல்லாமல், 'கான்ஃபரன்ஸ் ரூம்ல காஸெட் போட்டுப் பார்க்கணும். மூணு மணிக்குத்தானே மீட்டிங்?' என்றான்.

'இல்லை சார்! மணவாளன் உடனே தொடங்கிரலாம்னு சொன்னார். சுப்ரியாங்கறது ஆஸ்பத்திரில உங்களைப் பார்த்தாங்களே அவங்களா?'

'ஆமாம்.'

'பாவம் அவங்க. கணவனை ரொம்ப ட்ராஜிக்கா இழந்துட்டாங்களாம்...'

'ஆமாம்...'

'நீங்க மனைவியை இழந்தாப்பல!'

'ஆமாம்...'

'ரெண்டு பேருக்கும் அதனால ஒரு பிணைப்பு, இல்லையா சார்?'

'இல்லை... அவ துக்கம்வேற... என் துக்கம் வேற...'

'பின்ன எதுக்கு போன் பண்றாங்க?'

நிறமற்ற வானவில் 137

'குணா! நீ ரொம்ப க்யுரியஸ்' என்றான்.

'ஸாரி சார்...'

கொஞ்ச நேரம் கழித்து இவனே, 'ஷி இஸ் நத்திங் ஃபர் மீ...' என்றான்.

'அப்படின்னா எதுக்கு நம்பர் கேட்டு வெச்சுக்கச் சொன்னீங்க?'

'ஜஸ்ட் லைக் தட் டு ரிட்டன் தி கால்!'

'அவ்வளவுதானா?'

'எனக்கு என் கல்யாணி, ஆண்டாளுக்குப் பிறகு வேற லைஃப் இருக்கக்கூடுமா குணா... சொல்லு!'

'இருக்காது சார்...'

மத்தியானம் முழுவதும் கான்ராக்டின் பலவித ட்ராஃப்ட்டுகளில் ஆழ்ந்திருந்தான்! மணவாளனுக்குப் அவன் பழையபடி வந்து விட்டது குறித்து அளவில்லாத சந்தோஷம் ஏற்பட்டது. பீட்ட ரிடம், 'யு நோ பீட்டர்! போன மாதம் இவன் தற்கொலை பண்ணிக்க முயற்சி செய்தான்...'

'அப்படியா... என்ன க்ரிஷ்?'

'எனக்கு ஞாபகமில்லை...'

'இந்த கிருஷ்ணமூர்த்தி, இந்த ஜீனியஸ் தற்கொலை செய்து கொள்ள விடுவேனா நான்? இப்போதுகூட ஏதோ கத்திமேல் நடப்பவன் போலத்தான் இருக்கிறான். எந்தக் கணமும் இவன் என்ன செய்வானோ என்று பயமாக இருக்கிறது.'

'க்ரிஷ், அமெரிக்கா வந்துவிடு... தற்கொலைகூட அங்கே ஷோக்கா செய்துகொள்ளலாம்.'

'பார்க்கலாம்' என்று மையமாகப் புன்னகைத்தான். பீட்டருடன் மணவாளன் காபி சாப்பிடச் சென்றபோது காஸெட்டை கான்ஃபிரன்ஸ் ரூம் விஸிஆரில் பொருத்தி ஒருமுறை ஓட்டிப் பார்த்தான். 'ஆண்டாள்! ஆண்டாள்! தலையில் கொண்டை போட்டுக்கொண்டு, படத்தில் இல்லாத அம்மாவை அடிக்கடி கடைக்கண்ணால் பார்த்துக்கொண்டு எத்தனை முழுசா

உயிருடன் இருக்கிறாள் ஆண்டாள். இந்தப் பெண் செத்துப் போய்விட்டாளா? அபத்தம்! நான் ஆண்டாளைப் பார்க்க முடியும்... கல்யாணியைப் பார்க்க வேண்டும்!' குணா மெள்ள உள்ளே நுழைந்து, 'சார் போன் கால்...'

'இப்ப யாரையும் டிஸ்டர்ப் பண்ணச் சொல்லாத குணா!'

'சுப்ரியா சார்...'

விஸிஆரை நிறுத்திவிட்டுப் போனை நோக்கிச் சென்றான்!

அத்தியாயம் பதினெட்டு

டெலிபோனில், சுப்ரியா, 'ஸாரி... டிஸ்டர்ப் பண்றேனா உங்களை?'

'இல்லை... சொல்லுங்க...' என்றான் கிருஷ்ண மூர்த்தி.

'சாயங்காலம் நீங்க ஃப்ரீயா இருக்கீங்களா?'

'இன்னிக்குச் சாயங்காலமா? கொஞ்சம் கஷ்டம்... அமெரிக்காவிலேருந்து வந்திருக்கான் பீட்டர் தாம்ஸன்னு ஒருத்தன். அவன்கூட டின்னருக்குப் போகணும், கடமை மாதிரி...'

'அப்ப பரவால்லை...' என்றாள். அவள் குரலில் மிகுந்த ஏமாற்றம் தெரிந்தது.

'என்ன வேணும்... சொல்லுங்க...'

'வேண்டியது ஒண்ணுமில்லை... உங்களை என் வீட்டுக்கு இன்வைட் பண்ணலாம்னு யோசிச்சேன்... நீங்க ரொம்ப பிஸின்னு தெரியறது.'

'நாளைக்கு வேணா வரேனே...'

'இன்னிக்குக் கொஞ்சம் ஸ்பெஷல்.'

'அப்படியா!'

'எங்க கல்யாண தினம்...'

'அப்படியா! ஸாரி... என்னால வரமுடியாம...'

'பரவால்லை... ஸம் அதர் டைம். நான் ஒரு பைத்தியக்காரி. இட்ஸ் மை மிஸ்டேக்.'

'அப்படி இல்லை...'

'நீங்க எப்பவுமே ஃப்ரீயா இருக்கீங்கன்னு எப்படி என்னால அஸ்யூம் பண்ணிக்க முடியும்? அபத்தம்.'

'சுப்ரியா... டோண்ட் டேக் இட்டு ஹார்ட். இந்த வாரம் நிச்சயம் சந்திக்கலாம்...'

'பார்க்கலாம்...'

போனை வைத்தபோது அவள் குரலில் இருந்த தனிமையும் ஆயாசமும் அவனைப் பாதிக்க, 'புவர் கர்ள்' என்று சொல்லுவதைக் குணா பார்த்துக்கொண்டிருந்தாள்.

'என்ன?' என்றான்.

'வி.ஸி.ஆர்...'

'அப்புறம் பார்க்கறேன். காஸெட்டை எடுத்து அலமாரில வெச்சரு.'

'ஆகட்டும் சார்!'

பீட்டர் தாம்ஸனுடன் மணவாளன் விடாமல் பேசிக்கொண்டிருந்தார். சின்ன மேடை போட்டு ஒரு பெண் வணங்கிவிட்டு பரத நாட்டியம் பண்ணி முடிந்ததும் சோகையாகச் சிலர் கைதட்டினார்கள்.

தாம்ஸன், 'திஸ் இஸ் க்ரேட்' என்று எதை எடுத்தாலும் சொல்லிக்கொண்டிருந்தான். அவர்கள் இருவரும் ஸ்காட்ச் கேட்க, இவன் 'ஃப்ரெஷ் லைம் சோடா ஸால்ட்' என்றான்.

'கமான் மூர்த்தி... யுர் ஸ்டில் திங்கிங் ஆஃப் யுர் வொய்ஃப். வாழ்க்கைல இன்னமும் என்னென்னவோ பாக்கியிருக்கு...'

மூர்த்தி, அவர்கள் பேசுவதை மேம்போக்காத்தான் கேட்டுக் கொண்டிருந்தான். கொஞ்ச நேரத்தில், 'இஃப் யு ஆல் எக்ஸ்க்யூஸ் மீ' என்று எழுந்தான்.

'எங்க போறே கண்ணா?'

'மணவாளன் மன்னிச்சுக்குங்க... எனக்கு என்னவோ மூடு சரியில்லை... பீட்டர்... நாளைக்குப் பார்க்கறேன்... குட்நைட்!'

நிறமற்ற வானவில் 141

அவர்கள் ஆச்சரியத்துடன் பார்த்துக் கொண்டிருக்க, மணவாளன் எழுந்து வந்து, 'என்ன மூர்த்தி... உடம்பு சரியில்லையா?'

பதில் சொல்லாமல் நடந்தான். ஓட்டல் வாசலுக்கு வந்து கார் நம்பர் சொல்லி மைக்கில் விளித்து டிரைவரிடம் 'சாரை ஜாக்கிரதையா அழைச்சுட்டுப் போப்பா...' என்றார் மணவாளன்.

'பயப்படாதீங்க' என்றான் மூர்த்தி... 'அதெல்லாம் பழசாய்டுத்து.'

'சொல்ல முடியாதுப்பா... கான்ட்ராக்ட் வேலையில ஏதாவது க்ராங்கியா செஞ்சு வெச்சன்னா...'

காரில் உட்கார்ந்துகொண்டு அவருக்கு டாட்டா காட்டிவிட்டு டிரைவரிடம், 'அன்னிக்கு நம்மோட காஞ்சிபுரத்திலேருந்து ஒரு அம்மா வந்தாங்க இல்லையா.'

'ஆமாங்க...'

'அவங்க ஒரு முறை என்னைப் பார்க்க ஆஸ்பத்திரிக்குகூட வந்தாங்க...'

'தெரியுங்க... நான்தாங்க கொண்டு விட்டேன்...'

'அவங்க வீடு எங்க இருக்குன்னு தெரியுமா உனக்கு...?'

'தெரியுங்க...'

உற்சாகம் பிறந்து, 'அங்க போப்பா... நீதான் சரியான டிரைவர்...'

ஆழ்வார்பேட்டையில் புதிதாக முளைத்திருந்த பல மாடி ஃப்ளாட் கட்டடங்களில் ஒன்றில் இருந்தது. 'இங்க தாங்க அவங்களை விட்டேன். இதில் ஏதோ ஒரு ஃப்ளாட்டில் இருக்காங்க...'

'நான் விசாரிச்சுக்கறேன்பா...'

'வண்டி வேணுங்களா?'

'இல்லை... வேண்டாம். நீ போகலாம்...'

'எதுக்கும் பத்து நிமிஷம் இருந்துட்டுப் போறேங்க... உங்களுக்கு ஃப்ளாட் விவரம் கெடைக்கலேன்னா திரும்பிப் போக கார் வேண்டியிருக்குமில்லையா?'

'டிரைவர் ரொம்பக் கெட்டிக்காரன். அவனுக்குச் சம்பள உயர்வு கொடுக்க வேண்டும்!'

மாடிப்படியருகில் யார் யார் எந்தெந்த நம்பர் என்று பெயர்ப் பலகைகள் அறிவித்தன.

ராம்பிரகாஷ்... ஆம், அந்தப் பெயரைத்தான் சொன்னாள்... முதல் மாடியிலேயே இருந்தது!

அங்கே அழைப்புமணியை அழுத்தும்போது அவனுக்குள் பதற்றம் ஏற்பட்டது. என்ன சொல்லவேண்டும்... 'டின்னர் பார்ட்டி முடிந்துவிட்டது, உங்களைப் போகிற வழியில் பார்த்து விட்டு...' என்று ஏதோ ஒத்திகை பார்த்துக் கொண்டான். தான் இந்த வாசலில் நிற்பதே ஒரு கணம் அவனுக்கு ஆச்சரியமாக இருந்தது. எதற்காக இவளை நாடுகிறேன்?

கதவு திறந்தபோது சுப்ரியா ஹவுஸ் கோட்டில் இருந்தாள். 'ஓ! நீங்களா... வாங்க வாங்க' என்றாள். அவள் கண்களில் அதிர்ச்சியோ ஆச்சரியமோ இல்லை.

'ஸர்ப்ரைஸ்டு?'

'இல்லை... இல்லை... ஐம் ஹாப்பி, அவ்வளவுதான்... வாங்க வாங்க... ஸாரி, நான் யாரையும் எதிர்பாக்காததால... ஒரு நிமிஷம் உக்காருங்க... ஐ'ல் சேஞ்ச்...'

முன்னறையில் உட்கார்ந்ததும் அறையைச் சுற்றும் முற்றும் பார்த்தான். அலமாரியில் புத்தகங்கள் ஒழுங்காக அடுக்கி வைக்கப்பட்டிருந்தன. சுப்ரியா கணவனுடன் இருந்த போட்டோ வின் அருகில் புதிதான மலர்க்கொத்து ஜாடியில் வைக்கப் பட்டிருந்தது.

'கிட்டே போய் இதுதான் ராம்பிரகாஷா' என்று ஆச்சரியத்துடன் பார்த்தான். பதினெட்டு நாள்... பட்டை போட்ட கண்ணாடியும் திருத்தப்பட்ட மீசையுமாக, அவன் அவளருகில் ஒட்டிக்கொண்டு சுப்ரியா நிறைய அலங்காரங்களுடன்... தற்போதைய சுப்ரியாவின் தங்கை போல இருந்தாள்.

'என்ன பார்க்கிறீங்க?' சுப்ரியா ஒரு கோப்பையில் தேநீருடன் வந்தாள். 'அதான் ஃபேமஸ் ராம்பிரகாஷ்! என் அல்பாயுசுக் கணவர்...'

‘ம்... ஹாண்ட்ஸம் மேன்.’

‘இன்னிக்கு இருந்திருந்தா எங்க மூணாவது வெட்டிங் அனிவர்ஸரி... நீங்க அனிவர்ஸரிம்போது என்ன பண்ணுவீங்க?’

‘கோயிலுக்குப் போவோம்...’ என்றான்.

‘ஒரு அனிவர்ஸரிகூடப் பார்க்கலை... பரவால்லை... வருஷா வருஷம் பூ வெச்சுக்கிட்டு, இது மூணாவது தடவை...’

மூர்த்தி, நீங்க வந்ததுக்கு ரொம்ப தாங்க்ஸ்... ரொம்ப டிப்ரஷனா இருந்தது. எல்லாம் அபத்தமா... தனிமைங்கறது மகாமகா கொடுமை. ஐயோ, இன்னும் எத்தனை பாழாப் போன வருஷங்கள் பாக்கி யிருக்கு... ஏதாவது படிக்கலாம்னா எல்லா புஸ்தகத்திலயும் ராம் பிரகாஷ் கையெழுத்து இருக்கு.’

‘அதெல்லாம் இப்ப மறங்க. என்கூட வரீங்களா?’

‘எங்க?’

‘வெளிய!’

‘வெளியன்னா எங்க?’

‘எங்கயாவது... எனக்கும் இன்னிக்கு என் மனைவியையும் குழந்தை யையும் வீடியோவில பார்த்துட்டு ரொம்ப டிப்ரஷனாயிடுத்து... உங்களைப் பார்த்தே ஆகணும்னு ஒரு வைராக்கியம் வந்து...’

‘எப்படி அட்ரஸ் கண்டுபிடிச்சீங்க?’

‘டிரைவர் சொன்னான்... எப்படியாவது கண்டுபிடிச்சு வந்திருப்பேன்.’

‘இருங்க... டிரஸ் மாத்திக்கிட்டு...’

‘இந்த டிரஸ்ஸே நல்லா இருக்கும்...’

‘இல்லை... இது கொஞ்சம் பகட்டாக... வெளியே போனா பகட்டாக...’

‘அதெல்லாம் யார் பார்க்கறாங்க?’

‘மூர்த்தி ஒரு விதவையோட பிரச்னைகளும் விடோயருடைய ப்ராளமும் வேற, வேற. இப்ப நீங்க இங்க வந்ததையே எத்தனை ஜன்னல்கள் ஆவலாகப் பார்த்துகிட்டிருக்கு, தெரியுமா?’

'மாத்திருங்களேன் வீடு...'

'எங்க மாத்தினாலும் இந்தப் பிரச்னை மாறாதே...'

'இட்ஸ் யுர் லைஃப்!'

நல்ல காலம்... டிரைவர் இன்னமும் காத்திருந்தான். காரில் ஏறும் போது முன்ஸீட்டில்தான் ஏறிக்கொண்டாள்.

'இதுக்கெல்லாம் பயப்படாதீங்க... வாங்க' என்று பின் ஸீட்டு கதவைத் திறந்து, அவளைப் புஜத்தைப் பிடித்து உள்வாங்கிக் கொண்டான்.

'போச்சு... போச்சு... காலனியே 'சுப்ரியா மறுகல்யாணம் பண்ணிக்கப்போறாள்'னு வதந்தி பேசப்போறது...'

'எங்க போகணும்?' என்றான் டிரைவர்.

'எங்க போகணும்?' என்று அவளைக் கேட்டான் கிருஷ்ண மூர்த்தி.

'முதல்ல உங்க வீட்டுக்கு' என்றாள்.

'எதுக்கு?'

'அந்த காஸெட் பார்க்க...'

'இது ஆபீஸ்ல இருக்கு...'

'உங்க கல்யாண போட்டோக்கள் பார்க்கலாமில்லையா?'

'பாத்து...'

'பார்க்கணும்... அவ்வளவுதான்...'

'வேண்டாம். இப்ப உங்க துக்கமோ என் துக்கமோ சப்ஜெக்ட் இல்லை. துக்கத்தை மறக்கத்தான் உங்ககிட்ட வந்தேன்.'

சுப்ரியா அவன் கையைப் பற்றி, 'சரி... கடற்கரையில் உட்கார்ந்து கொள்ளலாம்... உங்களுக்கு என்னவெல்லாம் பிடிக்கும்?'

'எல்லாமே மறந்து போச்சு.'

'புக்ஸ் படிப்பீங்களாமே?'

நிறமற்ற வானவில் 145

'இல்லை. 'டைம், ஃபார்ச்சுன், இப்படிப் பத்திரிகைதான். பிலாசபி படிச்சிட்டு இருந்தேன். அப்புறம் நீங்க நிறைய படிப்பீங்களாமே?'

'யார் சொன்னா?'

'மணவாளனோ, டாக்டரோ...'

'கோபிதான் அறிமுகப்படுத்தி வெச்சார். உங்களை வந்து பார்க்கும்படியா அவர்தான் சொன்னார்.'

'நல்லவேளை, உங்களைப் பார்த்தேன்.'

'ஐஸ்க்ரீம் சாப்பிடறீங்களா?'

'இல்லை... கொஞ்ச நேரம் அலை பக்கத்தில நடக்கலாம்.'

திரும்பத் திரும்ப அலைகள் அவர்கள் கால்களை முத்தமிட முயற்சித்துத் தோற்றுப்போக...

'அலைகளை விடாமுயற்சிக்கு எந்தக் கவிஞரும் ஒப்பிடலையா?'

'அலைகளைப் பார்த்தா நம்பிக்கை, பரவசம் எனக்கு ஏற்படறது. 'டேக் ஆல் அவே ஃப்ரம் மீ, பட் லீவ் மீ எக்ஸ்டஸி' ன்னு எமிலி டிக்கின்ஸன் சொன்னாப்பல, இந்தப் பரவச உணர்ச்சி மட்டும் பாக்கியிருந்தா எல்லா துக்கங்களையும் சமாளிச்சுடலாம்.'

'பக்திங்கறதும் அதுதான்னு எங்கப்பா சொல்வார்.'

இயல்பாக அவளுடன் கைகோத்துக்கொண்டு நடக்க, முதன் முதலாக இதயத்தில் பதற்றமும் வேற்றுக் கைகளைத் தொடும் போது ஏற்படும் திருட்டுத்தனம் கலந்த சந்தோஷமும் கிடைப்பதை உணர்ந்தான்.

'உங்க வொய்ஃப் பேர் என்ன?'

'கல்யாணி.'

'ஸாரி... இன்னிக்கு அந்த ரெண்டு சப்ஜெக்ட்டும் தடை இல்லையா?'

'பரவால்லை... சுப்ரியா...'

'என்ன?'

'ஒண்ணுமில்லை... உன் பேரைச் சொல்லிப் பார்த்துண்டேன்.'

'மூர்த்தி... உங்களைக் கல்யாணி அப்படித்தான் கூப்பிடுவாங்களா?'

'இல்லை... அதிகம் பேர் சொல்லியே கூப்பிடமாட்டா... மூர்த்தின்னு கூப்பிட ஃபோர்ஸ் பண்ணணும் அவளை...'

'மூர்த்தி! ரொம்ப பயமா இருக்கு மூர்த்தி - யாரும் இல்லாம ஒரு முழு வாழ்க்கையும் எப்படிச் சமாளிக்கப்போறன்னு...'

'எங்க கம்பெனியில சேர்ந்துடேன்.'

'வேலையைப் பத்திச் சொல்லலை... தனிமையைப் பத்தி.'

'மேரி எகெய்ன்...'

'இல்லை... அதுக்கு நான் தயாராக இல்லை...'

'ஏன்?'

'சொன்னேனே... டயர்ட். ஆயாசம். சற்றே நேர மௌனத்துக்குப் பிறகு, 'மூர்த்தி நான் ஒண்ணு கேட்டா கோவிச்சுக்க மாட்டீங்களே?'

'இல்லை.'

'உங்களுக்கும் பதில் சொல்ல இஷ்டமில்லேன்னா இந்தக் கணத்திலேயே வெட்டிரலாம்...'

'என்ன?'

'மூர்த்தி, நாம ரெண்டு பேரும்...'

'ரெண்டு பேரும்?'

'கொஞ்ச நாள் சேர்ந்தாப்ல இருந்து பார்க்கலாமா?'

நிறமற்ற வானவில் 147

அத்தியாயம் பத்தொன்பது

கிருஷ்ணமூர்த்தி அவள் கேட்ட கேள்வியின் முழு அர்த்தமும் புரியாமல், 'சேர்ந்தாப்பல இருக்கலாமா? என்ன சொல்றீங்க? ரெண்டு பேரும் ஒரே வீட்டில எழுந்து, பல் தேய்ச்சு, காபி சாப்பிட்டு, ஆபீஸுக்குப் போய், திரும்பி வந்து... யூ மீன் கணவன் மனைவி போலவா?'

'இல்லை... நண்பர்கள் போல!' அவனை ஆர்வத்துடன் பார்த்தாள் சுப்ரியா...

'பயப்படாதீங்க! நீங்க ஒரு ரூம்... நான் ஒரு ரூம். இருட்டுக்கப்புறம் உங்களைத் தொந்தரவு செய்ய மாட்டேன்...'

'அந்த அர்த்தத்துல இல்லை சுப்ரியா... எதுக்காக? இந்த... இந்தப் பரீட்சை?'

'பரீட்சை இல்லை... உங்களுக்கு ஒரு துக்கம், எனக்கு ஒரு துக்கம் இருக்கு. ரெண்டு பேருக்கும் துக்கத்தை மறக்கவேண்டிய கட்டாயம் இருக்கு. அதனால இணைந்து இருக்கறதால ஒருத்தருக்கு ஒருத்தர் ஆறுதலா இருக்கலாமில்லையா?'

'எங்கே?'

'எங்கேன்னா?'

'எந்த வீட்டில? உங்க வீட்டிலயா, என் வீட்டிலயா?'

'உங்க வீட்டில கூட யார் இருக்காங்க?'

'அக்கா இருக்கா... போய்டுவா!'

'என் வீட்டில் யாரும் இல்லை... தனியா இருக்கேன். என் வீட்டி லயே இருக்கலாமே!'

'யோசிச்சுச் சொல்றேன்!'

'அப்படியெல்லாம் சொல்லாதீங்க... இப்ப நேரே வீட்டுக்குப் போறீங்க... ஒரு டூத்ப்ரஷ், சட்டை, பேண்ட், டவல், வேஷ்டி... இப்படி அத்தியாவசியமான சாமான்களை மட்டும் எடுத்துக் கிட்டு வந்திருங்க!'

'இப்பவேவா...'

'ஆமாம், மனசு மாறிடுவீங்க!'

மூர்த்தி சற்றுத் தயக்கத்துக்குப்பின், 'சரி, முயற்சி பண்ணிப் பார்க்கலாம்...' என்றான்.

சாயங்காலம் அவன் 'பாக்' பண்ணுவதைப் பார்த்து சரோ அக்கா 'எங்க?' என்றாள்.

'கொஞ்ச நாள் வந்து...'

'எங்க போறே மூர்த்தி?'

'இல்லைக்கா... கொஞ்ச நாள் ஒரு ஃப்ரண்டு வீட்டுல இருக்கலாம்னுட்டு...'

'எந்த ஃப்ரெண்டு?'

'ஆபீஸ் ஃப்ரெண்டு... எதாவதுன்னா இந்த நம்பருக்கு போன் பண்ணா, என்னை காண்டாக்ட் பண்ணலாம்...'

'நான் ஊருக்குப் போகணுமே!'

'போ அக்கா... எனக்கு எல்லாம் சரியாப் போய்டுத்து. இனிமே பைத்தியக்காரத்தனமா எதும் செய்ய மாட்டேன்!'

'நிச்சயமா... கையில சத்தியம் பண்ணிக்கொடு!'

'அதுக்கென்ன அக்கா... துண்டு போட்டு வேணா தாண்டறேன்... எனக்குத் துக்கம் போய்டுத்து அக்கா. பொண்டாட்டியையும் பெண்ணையும் மறந்தே போகப்போறேன்... வாழ்க்கையில வேற விஷயங்கள்லாம் இருக்கு அக்கா...'

'அப்பாடா! அப்ப சிவராமனுக்குச் சொல்லட்டுமா?'

'எதுக்கு?'

'கல்யாணி தங்கையைப் பார்த்திருக்கே இல்லையா?'

'அக்கா! மறு கல்யாணம் பத்திப் பேச்சே கிடையாது. முதல்ல எனக்கு வேண்டியது நிம்மதி... கல்யாணம் இல்லை...'

'மூர்த்தி! உனக்கு என்ன வயசு தெரியுமா?'

'என்ன வயசா இருந்தாலும் கல்யாணிக்குத் துரோகம் செய்ய விரும்பலை!'

அந்த வார்த்தைகள் அவனுக்கே போலியாக ஒலித்தன.

'அப்படியென்றால் எதற்காக சுப்ரியா வீட்டுக்குப் போகிறாய்?'

'சிநேகத்துக்கு!'

'அவளுக்கும் உனக்கும் என்ன மாதிரி சிநேகம் இருக்க முடியும்?'

'துக்கத்தால், இழப்பால்...'

'பொய்!'

'மூர்த்தி...' என்று அக்கா அவனை உரக்கக்கூப்பிட 'ஸாரி... எதோ யோசனையில் இருந்துட்டேன்...'

'கவலையா இருக்கு... இன்னும் கொஞ்ச நாள் இருந்துட்டுப் போறேனே?'

'வேண்டாம் அக்கா... நான் கொஞ்ச நாளைக்கு இந்த வீட்டிலேயே இருக்கப்போறதில்லை... உனக்குத் தனியா போரடிக்கும்...'

ராத்திரி இருட்டினதும் அந்த ஃப்ளாட்டுக்குச் சென்றான். சுப்ரியா ஃப்ளாட்டைச் சீராகச் சுத்தம் செய்து அறையில் படுக்கைக்குப் புதிதாக விரிப்புகள் அமைத்து, பளிச்சென்று விளக்குகள் போட்டு, சௌராஸியாவின் லேசான புல்லாங்குழல் இசைக்க, சுத்தமாகக் குளித்துவிட்டுத் தலை சீவி, லேசாகப் பொட்டு இட்டு...

'முதமுதலா உங்களை டார்க் கலர் புடவையில் பார்க்கறேன்...'

'ஆமாம்.'

'முதமுதலா உங்களைத் தலைவாரிண்டு பார்க்கறேன். முழு நெத்தியும் பார்க்கறேன்...'

'ஆமாம்...'

'இதுதான் உங்க ரூம்... என்னுடைய ஹாரிபிள் குக்கிங் பிடிக்கலைன்னா பக்கத்திலேயே 'ராஜேஸ்வரி'னு நல்ல ஓட்டல் இருக்கு. அங்க போய்ச் சாப்பிடலாம். சிகரெட் பிடிக்கலாம். ட்ரிங்க் பண்ணலாம்... இந்த ரூம்ல டிவி பார்க்கலாம். சத்தமில்லாம படிக்கலாம். பேசலாம்... மேம்போக்கான காரியங்கள் எது வேணா செய்யலாம். ராத்திரிதான் கட்டுப்பாடா இருக்கணும்!'

'சரி!'

'உங்களுக்கு இப்பப் பேச விருப்பமா?'

'இல்லை... படுத்துத் தூங்கலாம்னு பார்க்கறேன்...'

மேஜை மேல் புத்தகத்தைப் பார்த்தான். ஜே. கிருஷ்ணமூர்த்தி சொற்பொழிவுகள், லயால் வாட்ஸனின் 'தி பயாலாஜி ஆஃப் டெத்...'

'சாவைப்பத்தி நிறைய படிப்பீங்க போல... ரஜனீஷ் புத்தகம்கூடப் பார்த்தேன்...'

'போன வருஷம் முழுக்க சாவைப் பத்தித்தான் படிச்சேன்...'

'ஏதாவது புரிஞ்சுதா?'

'புரியறதுக்கு ஏதும் இல்லை. சாவுங்கறதே ஒரு முடிவு இல்லை. ஒரு தொடர்ச்சிதானாம். நம்ம உடம்பில் அறுநூறு கோடி செல் உயிரணுக்கள் இருக்கு. ஒவ்வொரு இருபத்து நாலு மணி நேரமும் அதில் ஒரு பகுதி செத்துக்கிட்டே இருக்கு. முப்பது வயசுக்கப்புறம் நம்முடைய மூளை வருஷத்துக்கு ஒரு பர்சண்ட் செத்துக்கிட்டு இருக்காம். கொஞ்சம் கொஞ்சமா செதில் செதிலா அழிஞ்சுண்டு வர்றோம். அதனால நாம எப்போ சாறோம், எப்போ உயிரோட இருக்கோம்ங்கிறதே சரியாச் சொல்ல முடியாது. பிறந்த நிமிஷத்திலேருந்து இறந்துகொண்டே இருக்கோம்...'

'அதனால...?'

நிறமற்ற வானவில் 151

‘அதனால ராம்பிரகாஷோ... உங்க மனைவி பேர் என்ன?’

‘கல்யாணி...’

‘கல்யாணியோ இறந்துபோயிட்டாங்கன்னு சொல்றதில் அர்த்தமேயில்லை...’

‘எப்படி?’

‘நம்ம ரெண்டு பேர் மனசிலேயும் அவங்களைப் பத்திய நினைப்புகள் இருக்கிறவரைக்கும் தே டோண்ட் டை!’

‘நீ என்ன சொல்ல வர்றே?’

‘சாவுகூட கடவுள் போல, மதம்போல ஒரு நம்பிக்கை. பிரகாஷோ கல்யாணியோ செத்துப்போகலைன்னு நாம் நம்பலாம்...’

‘எப்படி முடியும்?’

‘இப்ப என் பேர் கல்யாணின்னு வெச்சுக்கங்க... எங்கே கூப்பிடுங்க கல்யாணின்னு...’

‘கல்யாணி...’

‘அவங்க எப்படிப் பதில் சொல்லுவாங்க?’

‘என்னவாம் என்பா!’

‘என்னவாம்?’

‘இப்படிச் செய்தா மட்டும் கல்யாணி ஆயிட முடியுமா?’

அவள் தயக்கத்துக்குப் பின், ‘வேற என்ன கல்யாணி போல செய்யணும்... சொல்லுங்க’ என்றாள்.

மூர்த்தி அவளைச் சந்தேகமாகப் பார்த்தான்.

‘ஊஹூம். நீ ஒருக்காலும் கல்யாணி ஆகமுடியாது...’ என்று சொல்லிவிட்டு அறைக்குச் சென்று படுக்கையில் படுத்தான்.

அருகே கூஜாவில் தண்ணீர் வைத்திருந்தது. போர்வை, சுத்தமான துண்டு வைத்திருந்தது. படுக்கை விளக்கு இருந்தது. ஜன்னல் திரைகளைக் காற்று தடவியது. நிலா தப்பித்துத் தெரிந்தது.

படித்துவிட்டு 'குட்நைட்' என்று கதவைப் பார்த்துச் சொல்லி விட்டுத் தூங்கினான்.

நள்ளிரவில் நிலா வெளிச்சம் முதிர்வு பெற்று தரையில் சின்ன சதுரமாக மட்டும் தெரிந்தது. திடுக்கிட்டு எழுந்தபோது கதவு விளிம்பில் விளக்கு எரிவதைப் பார்த்தான். மெள்ள அதை ஒருக்களித்துத் திறந்து பார்த்தான். சுப்ரியா படுக்கையில் உட்கார்ந்து கொண்டு படித்துக்கொண்டிருந்தாள்.

நகத்தைக் கடித்துக்கொண்டு, அவள் அணிந்திருந்த மெலிசான நைட் கவுனுக்கு மேல் தலைமுடி முழுவதையும் விடுவித்திருந் தாள்.

அவள் உடலின் வடிவமைப்பு அவனுக்குள் புதுசான ஒரு விருப்பத்தை எழுப்பியது.

மறுபடி தன் படுக்கைக்கு வந்து 'சுப்ரியா...' என்று கூப்பிட்டான். சற்று நேரம் கழித்து அவள் கதவைத் திறந்து தோன்றி, 'என்ன மூர்த்தி, தூக்கம் வரலியா?' என்றாள்.

'தூங்கினேன், எழுந்துட்டேன்...'

'வேற புஸ்தகம் படிக்கிறீங்களா?'

'இல்லை...'

'என்ன வேணும்?'

'இங்கே வந்து எங்கிட்ட உட்கார்ந்துக்குங்க...'

அவள், 'அதுக்கென்ன...' என்று தயக்கமில்லாமல் அவனருகில் உட்கார்ந்தாள்.

'தொடலாமா?'

'தொடுங்க...' என்றாள்.

அவள் கையைப் பற்றிக் கன்னத்தைத் தொட்டு உதடுகளில் விரல் செலுத்தி, பற்களை நிரடிப் பார்த்தான். சுலபமாகக் கிடைத்த மார்பைத் தொட்டுப் பார்த்தான்.

'படுங்க...' என்றாள்.

நிறமற்ற வானவில் 153

காலைல எழுந்தபோது அவன் கொண்டுவந்திருந்த பேஸ்ட், டவல் எல்லாம் பாத்ரூமில் ஒழுங்காக வைத்திருக்க, மேஜையில் காபி தயாராக இருக்க, சுப்ரியா கிச்சனில் லேசாகப் பாடிக் கொண்டிருந்தாள்.

'குட்மார்னிங்...' என்றாள்.

'மார்னிங்! ஸோ ஸாரி...'

'ராத்திரி நடந்ததுக்கு...'

'ராத்திரி எதுவுமே நடக்கலை, எல்லாம் கனா...'

'ஐ வாண்ட் டு பிலீவ் இட்...'

'நிஜமாத்தான்...'

'எனக்கு குற்ற உணர்ச்சி இருக்குது...'

'எனக்கு இல்லை... இப்போ ஆபீஸ் போறீங்கதானே? வெந்நீர் எடுத்து வெச்சிருக்கேன்...'

தோசை திருப்பப்படும் சப்தமும், கம்மென்று மணமும் சமைய லறையிலிருந்து வீசியது.

'ஐ ஃபீல் க்ரேட்...' என்றான்.

'நானும்...' என்று தயக்கத்துடன் சொன்னாள்.

'காருக்கு ஒன்பது மணிக்கு வர போன் பண்ணியிருக்கேன்...'

'வந்த முதநாளே...' என்று ஆரம்பித்து நிறுத்தினான்.

'வந்த முத நாளே?'

'ஒண்ணுமில்லை...'

'வந்த முத நாளே என்னை வசப்படுத்த முயற்சி பண்றா... அதானே சொல்ல வந்தீங்க?'

'ஏறக்குறைய அப்படித்தான்...' என்று சிரித்தான்...

அவள் முகம் மாறியது. 'யாருடைய வாழ்க்கையையும் யாரும் ஆதிக்கம் பண்ண முடியாது மூர்த்தி... என்னோட வாழறதில

ஏதும் உங்களுக்குக் கட்டாயமில்லை. யூ கன் வாக் அவுட் எனி டைம். அதே மாதிரி நானும் நினைச்ச மாத்திரத்துல 'போதும் இந்தப் பரிசோதனை'ன்னு சொல்லி உங்களை அனுப்பிடுவேன். இது வாழும் வகையில் 'ஒரு எக்ஸ்பரிமெண்ட்' அவ்வளவுதான்! இருந்து பார்க்கலாம். பிடிச்சா கன்டின்யூ பண்ணலாம். இல்லைன்னா பை பை...'

கிருஷ்ணமூர்த்தி அவளைச் சற்றே வியப்புடன் பார்த்தான்.

'எத்தனை நாள் இந்தப் பரிசோதனை!'

'எத்தனை நாள் தாங்கறதோ அத்தனை நாள்...'

'பிடிச்சுப் போச்சுன்னா?'

'அதை அப்புறம் பார்க்கலாம்...'

அவள் டையைக் கழுத்தில் மாட்டி கச்சிதமாக முடி போடும் போது மூர்த்தி, 'சுப்ரியா... சாயங்காலம் வந்ததும் ஒண்ணு கேக்கணும்...'

'என்ன?'

'ராம்பிரகாஷ் பத்திச் சொல்லு!'

அத்தியாயம் இருபது

ராம்பிரகாஷின் பெயரைச் சொன்னதுமே சுப்ரியா வின் கண்களில் லேசாக நீர் திரையிட்டது.

'பிரகாஷைப்பத்தி என்ன தெரிஞ்சுக்கணும்?'

'எப்ப கல்யாணம் ஆச்சு?'

'மே மாசம்!'

'எந்த வருஷம், தேதி?'

'எதுக்கு அதையெல்லாம் ஞாபகப்படுத்தறீங்க? நானே மறக்க விரும்பறேன். அவர் இறந்த தினத்தில் மட்டும் மௌனமா இருக்கேன். கோயிலுக்குப் போய் சாமி உண்டியல்ல பணம் போட்டுட்டு... அவருக்குப் பெண் குழந்தைங்கன்னா இஷ்டம்... அதனால அக்கம் பக்கத்துல இருக்கிற ஒரு பெண் குழந்தைக்குப் பட்டுப் பாவாடை, டிரஸ் எதாவது வாங்கித் தருவேன்...'

'ஸ்வீட்?'

அலமாரியில் படத்தைப் பார்த்தான். எளிதாக ப்ரேம் போட்டு மாட்டப்பட்டு...

'எனக்கு 'தோற்றம் - மறைவு' இப்படியெல்லாம் போடறதில் இஷ்டமில்லை. அவர் நினைவா இந்த போட்டோ, எட்டுப் பத்துப் புத்தகங்கள்... இவ்வளவுதான் வெச்சிருக்கேன். கல்யாணத்துக்கு அப்புறம் அவர் வாங்கிக் கொடுத்த ஒரே ஒரு புடைவையையும் அவர் கட்டின தாலியையும் பத்திரமா பெட்டியில வெச்சிருக்கேன்...'

மூர்த்தி சும்மா இருக்க, 'பதினெட்டு நாள் புயல்...' என்றாள்.

'ராம்பிரகாஷ் நேற்று நடந்ததை... சம்மதிச்சிருப்பாரோ?'

'அதைப்பத்தி நமக்கென்ன கவலை? அவர்தான் இல்லையே!'

'ஒருவேளை அவருடைய ஆவி...'

'வருத்தப்படும்ங்கறீங்களா? அபத்தம் மூர்த்தி... ஆவியும் இல்லை, ஒண்ணுமில்லை... அதெல்லாம் பொய்ன்னு நினைக்கிறேன்... நீங்க?'

'எனக்கு அதைப் பத்தி எந்தவித அபிப்பிராயமும் இல்லை. ஆனா, என் மனைவி ஆவி ரூபத்துல இருந்தா நேத்தி நடந்ததை நிச்சயம் அங்கீகரிக்க மாட்டா...'

'ஒருமுறை வேணா 'ஸாரி' சொல்லிட்டு, 'கண்ணு ஆவி... எத்தனை நாள்தான் ஒரு ஆசாமி துக்கம் பாவிக்கிறது? எப்பவாவது வாழ்க்கையைத் திரும்பத் தொடங்கவேண்டாமா?'ன்னு கேட்டுருங்க...'

'இத்தனை சீக்ரமாவான்னு கேப்பா...'

'இல்லைன்னா 'துக்கத்துல நான் தற்கொலை பண்ணிக்குவேனோன்னு எல்லாரும் பயப்படறா... அதனாலதான்'ன்னு காரணம் சொல்லிடுங்க, என்ன...?' என்று சிரித்தவள், 'எல்லாம் அப்ஸர்ட்! உங்க மனைவியும் என் கணவரும் மேலருந்து வாழ்த்திக்கிட்டுதான் இருப்பாங்க! பூ மலிவா இருந்தா கொட்டுவாங்க... கவலைப்படாதீங்க...' என்று அவன் கன்னத்தில் இருந்த காபிக் கறையைத் தன் கைக்குட்டையால் துடைத்தாள்.

தினம் ஆபீஸ் விட்டதும் அவன் தவறாமல் சுப்ரியாவின் ஃப்ளாட்டுக்குத் திரும்பினான். கொஞ்சம் கொஞ்சமாக அவன் உடைமைகள் அங்கே அதிகமாயின. ஒரு முறை போய் தன் உள்ளாடைகள் செட்டு, ஷேவிங் சமாசாரங்கள் எல்லாம் எடுத்து வந்தான். ஒருமுறை தன் உல்ஃப் மாடல் ரிப்பேர் சாதனங்கள் அனைத்தையும் எடுத்து வந்து ஆணி அடித்து, திரை போட்டு, சிங்க் குழாயை ரிப்பேர் பண்ணினான். மெள்ள மெள்ள வேலைக்காரி, பால்காரன் போன்றவர்கள் அவனை விநோதமாகப் பார்க்கிற பழக்கத்தை நிறுத்தினார்கள். அவன் துணிகளும் அவள் துணிகளும் கொடியில் சேர்ந்து காற்றில் ஆடத்தொடங்கின.

இரவு ஆரம்பத்தில் இருவரும் தனித்தனியாகத்தான் படுத்தாலும், எப்போதாவது கனவு கலந்த இரண்டுங்கெட்டான்வேளையில் அவன் அவளையோ, அவள் அவனையோ நாட... காலையில் எழுந்திருக்கும்போது எந்த ரூமில் இருக்கிறோம் என்ற குழப்பம் அடிக்கடி இருவருக்கும் ஏற்படும். தவறாமல் அவனுக்கு முன் எழுந்து குளித்து விடுவாள். லைப்ரரியில் மூன்று மணி நேரம் காட்டலாகிங் என்ற வேலைக்குச் சென்றுவிட்டு, மத்தியானம் மூன்று மணிக்கு வந்துவிடுவாள். சாயங்காலம் அவன் வரும்போது இப்போதெல்லாம் பளிச்சென்று புடைவை உடுத்தி அவனைப் புன்னகையுடன் வரவேற்கத் தொடங்கினாள். இப்போது ஷர்ட் பட்டன், பேனா, நேற்று வந்த கடிதங்கள் போன்ற அன்றாட விஷயங்களுக்கெல்லாம் சுப்ரியாவைக் கேட்கும் அளவுக்கு அந்நியோன்யம் வளர்ந்து, 'என்னை சோம்பேறியாக்கிக்கிட்டு வர்றே சுப்ரியா...'

'ஏன், கல்யாணி இதெல்லாம் பண்ணதில்லையா?'

'ஆரம்பத்துல பண்ணிக்கிட்டு இருந்தா... குழந்தை பிறந்தப்புறம் விட்டுட்டா...'

'நமக்கு அந்தக் கவலையில்லை... கல்யாணமும் இல்லை... குழந்தையும் கிடையாது. ஜஸ்ட் ஃப்ரெண்ட்ஸ்.'

'இல்லை சுப்ரியா... இந்த மாதிரி உன்னை நான்...'

'என்னை நீங்க?'

'இல்லை, ஒண்ணுமில்லை...'

'சொல்லுங்க... அந்த வார்த்தையைத் தாராளமாக உபயோகிக்கலாம். என்னை நீங்க 'வெச்சுக்கிட்டு' இருக்கறது...'

'அவ்வளவு காட்டமாக வார்த்தையை உபயோகிக்க விரும்பலை...'

'தமிழ்ல இந்த உறவுக்கு வேற வார்த்தையே இல்லை... ஃப்ரண்ட்ஷிப் சமாசாரம் இல்லை. தட் ஈஸ் ப்யூர்லி செக்ஷுவல்...'

'அதில் உனக்கு இஷ்டமில்லைன்னா...'

'இஷ்டம்தான்... இல்லைன்னா அதை அனுமதிப்பேனா...'

'ஐ ஃபீல் கில்ட்டி...'

'அதனால?'

'அதனால... நாம ரெண்டு பேரும் அதுக்கு ஒரு லைசென்ஸ் எடுக்கலாம். கணவன் மனைவிங்கற லேபிளை ஒட்டிக்கிட்டா போதும்...'

'இல்லை மூர்த்தி... கல்யாணம்கறது வெறும் லைசன்ஸ் மட்டும் இல்லை. அதைவிடப் பவித்ரமானது...'

'சினிமா மாதிரி பேசறே... பவித்ரத்துக்கு உண்டான எல்லாம் நம்ம உறவில் இல்லையா? சேர்ந்து வாழறோம். அன்பா இருக்கோம். காதல் பண்றோம், வயலண்ட் காமம், ஒருத்தருக்கு ஒருத்தர் தேகத்துல அசிங்கங்களைக்கூட விரும்ப ஆரம்பிச்சுட்டோம். நாம கல்யாணம் பண்ணிக்குவோம் சுப்ரியா. சின்னதா ஒரு ஃபங்ஷன் வெச்சுக்கிட்டு...'

'நோ மூர்த்தி நோ...' என்றாள்.

'ஏன்?'

'ரெண்டு பேருமே மறு கல்யாணத்துக்குத் தயாரா இல்லை. அவ்வளவு தூரம் நம்மை கமிட் பண்ணிக்கவேண்டாம்...'

பதினான்கு நாளில் அந்தச் சம்பவம் நிகழ்ந்தது

ராத்திரி அமைதியாக அவன் படித்துக் கொண்டிருக்க, அவள் சமையலறையில் புத்தகத்தைப் பார்த்து ஏதோ புதிதாகச் செய்து கொண்டிருந்த மசாலா வாசனை விரவியிருந்த சமயத்தில் அழைப்புமணி ஒலித்தது.

'மூர்த்தி காரியமா இருக்கேன் பாருங்க...' என்றாள் சுப்ரியா.

அவன் கதவைத் திறக்க, ஒரு நடுத்தர வயதுக்காரன் சற்றே தள்ளாடிக் கொண்டிருந்தான்.

'ஹலோ...' என்றான்.

'யார் நீங்க? என்ன வேணும்?'

'ஷுப்ரியா...'

'உங்க பேரு?'

‘எனக்கெல்லாம் பேரு கிடையாது மிஷ்டர்... எங்கே அவ?’

‘யாருய்யா நீ?’

‘உன்னைப்போல நானும் கஷ்டமர்... காரியம் ஆயிருச்சுல்ல... காலி பண்ணு இடத்தை... எங்கே அவ?’

இதற்குள் சுப்ரியா வந்து ‘யாரு?’ என்றாள்.

‘ஹலோ... புல்புல் மேரி ஜான்...’

‘சுப்ரியா! குடிச்சிருக்கான்... அட்ரஸ் தப்பா வந்திருக்கான்... என்ன என்னவோ பேசறான்... புரியலை...’

‘இருங்க’ என்று சுப்ரியாவை அவன் கலங்கிய கண்களுடன் பார்த்து... சோபாவில் வந்து உட்கார, ‘என்ன ரேட்டுன்னு பேசிரலாமா?’

‘மிஸ்டர்! உங்களுக்கு யாரு இந்த வீட்டுக்கு வரும்படியா சொன்னது?’

‘அக்கம் பக்கத்துல பேசிக்கிட்டாங்க... இந்த வீட்டுல கிராக்கி இருக்கிறதாகவும் பர்மனெண்ட்டா ஒரு செட்டப் வெச்சிருக்கறதாவும்... வாடீ கண்ணு... அந்தாளு எத்தினி கொடுக்கறான் மாசா மாசம்...’

அவள் அவனை அணுகி முகத்தில் அறைந்தாள். ‘ராஸ்கல்... ஒரு பொம்பளை தனியா இருக்கான்னு வம்பு பண்ண வந்தியா... செருப்பால அடிப்பேன் நாயே!’

‘அடிச்சே? என்னையா அடிச்ச...’ அவன் கண்கள் சிவந்தன.

‘போன் பண்ணுங்க மூர்த்தி - போலீஸுக்கு...’

‘போன் பண்ணா உன்னையதான் அரஷ்ட் பண்ணுவாங்க... வா, எதுக்கு வம்பு பண்றே...’

‘மூர்த்தி, போன் பண்ணுங்க. என்ன பார்த்துக்கிட்டு இருக்கீங்க? இவன் என்னை என்ன சொல்றான் தெரியுமா? தேவிடியாங்கறான்...’

‘இல்லாம பின்ன என்னவாம்...?’

‘மூர்த்தி ப்ளீஸ்...’ என்று அவள் கண்ணீருடன் கெஞ்ச...

மூர்த்தி ரைடக்டரியைத் தேடினான்.

'போலீஸ் மூர்த்தி! 100...'

அவன் போனை எடுக்க, 'எதுக்கு அனாவஷ்யமா அவங்களுக்கு 'தங்' கொடுக்கறே... போறேன் கண்ணு... நாளை வரேன். இன்னைக்கு புக் ஆயிருக்கா... ஃபுல்லா புக்காயிருக்காப் போல...'

'ஐயோ...' என்று அவள் காதுகளை மூடிக்கொள்ள,

'கண்ட்ரோல் ரூம்? இங்க ஒரு ஆளு வீட்டுக்குள்ள வந்து தகராறு பண்றான்!'

'இங்கன்னா எங்க...'

'இந்த அட்ரஸ் என்ன?'

'எதுக்கு போலீஸ்? நான்தான் போறனில்லை...'

அவன் கிளம்பு முன் மற்ற ஃப்ளாட்டுக்காரர்கள் எல்லாம், வாசல் கதவினருகில் வேடிக்கை பார்த்தனர்.

ராத்திரி பன்னிரண்டு மணிக்கு எழுப்பினாள்.

'முழிச்சுக்கிட்டுத்தான் இருக்கேன்...'

'என்ன கொடுமை பார்த்தீங்களா?'

'ப்ச்...'

'எனக்கு என்னன்னா... அக்கம் பக்கத்து ஃப்ளாட்காரங்க வேடிக்கை பார்க்கிறாங்க... ஒருத்தன் வந்து 'சிஸ்டர் உதவி தேவையான்னு?' கேக்கலை பாருங்க...'

'எல்லாமே ஸெல்பிஷ் சுப்ரியா...'

'அப்படியில்லை! அவங்களும் அந்தக் குடிகாரன் சொன்னதை மறைமுகமாக ஆமோதிக்கிறாங்கன்னு அர்த்தம்...'

'இந்த இடத்தைவிட்டுப் போயிரலாம் சுப்ரியா...'

'எங்க?'

'என் வீட்டுக்கு... அங்கே அக்கம் பக்கம் தொந்தரவு இருக்காது...'

'இல்லை மூர்த்தி. எங்கயும் இந்தத் தொந்தரவு இருக்கும். இப்படி வாழுறதை யாரும் ஒப்புத்துக்கப் போறதில்லை. இப்பவே தனியா போறபோது பலபேர் கமெண்ட் அடிக்கிறாங்க. அதனால ரெண்டு பேரும் பிரிஞ்சுர்றதுதான் நல்லது...'

'வேற வழியும் இருக்கில்ல!'

'வேற இடம்... வேற ஊர்... வேற வாழ்க்கை...?'

'சுப்ரியா! நாம கல்யாணம் பண்ணிக்குவோம்...'

'எப்ப?'

'இப்ப!'

அவனைத் தன்பால் அணைத்துக் கொண்டு தடவிக்கொடுத்தாள். 'நாளைக் காலைல இதைப் பத்தி பேசலாம்... '

மறுதினம் காலை ஆபீஸ் போனதும், 'குணா ஐ'ம் கெட்டிங் மாரிட்' என்றான்.

குணா அவனை ஆச்சரியத்துடன் பார்த்து, 'கங்கிராட்ஸ்' என்றாள்.

'மணவாளன் வந்துட்டாரா பாரு... குணா ஜஸ்ட் கெட் மி தி டீட்டெய்ல்ஸ்... மாரேஜ் ரிஜிஸ்ட்ரார் ஆபீஸ்லேருந்து ஃபார்ம் வாங்கிண்டு வந்துரு...'

'யாரை சார் கல்யாணம் பண்ணிக்கப் போறீங்க?'

'சுப்ரியா!'

'ஓ! அந்த, அந்த...'

'ஆமா அந்த அந்தவேதான்...'

'சந்தோஷம் சார்...'

'குரல்ல சந்தோஷம் இல்லையே...'

'இல்லை சார்! ஏமாற்றம்...'

'குணா!' என்று அவள் கையைப் பற்றி, 'எப்பவோ ஒரு தடவை நம்ம ரெண்டு பேருக்குள்ளேயும் ஆபீஸ் உறவுக்கு அப்பால சிலதெல்லாம் நேர்ந்திருக்கலாம். ஆனா, யோசித்துப் பார்த்தா

நான் உனக்கு ஏற்றவனில்லை. யு ஆர் டூ யங். உன் வயசுக்கேற்ற வனைக் கல்யாணம் செய்துக்கறதுதான் நல்லது...'

'நான் என் கல்யாணம் பத்திச் சொல்லலை சார்! அந்தப் பொண்ணு சுப்ரியா உங்களுக்கு ஏற்றவளான்னு...'

'அப்படித்தான் தோணுது!'

மணவாளன் போனில் அகப்பட, 'மணவாளன்! நான் மறுபடி கல்யாணம் பண்ணிக்கத் தீர்மானிச்சுட்டேன்...'

'குட்! யாரை?'

'சுப்ரியான்னு...'

'சுப்ரியாவா! யாரது...?'

'அதான் ஆஸ்பத்திரில...'

'ஓ தட் கர்ள்! வெரிகுட்! எப்ப கல்யாணம்?'

'ரிஜிஸ்ட்ரார் ஆபீஸ்ல. தேதி பார்த்து!'

'நல்லது! இனிமே பைத்தியக்காரத்தனமான காரியம் எல்லாம் இல்லாம உன்னை ரிப்பேர் பண்ணிடுவா அந்தப் பொண்ணு... நான் பாத்திருக்கேனா அந்தப் பொண்ணை?'

'ஆஸ்பத்திரியில் சந்திச்சிருக்கோம்...'

'ஆல் த பெஸ்ட்! பர்ஸனலா எனக்கு ரொம்ப சந்தோஷம்பா!'

குணா அவனையே வெறித்துப் பார்த்துக்கொண்டிருந்தாள்.

அத்தியாயம் இருபத்தொன்று

குணா அவனையே பார்த்துக்கொண்டிருப்பது சங்கடமாக இருந்தது. 'என்ன குணா, ஏதாவது சொல்லணும்னா பளிச்சுன்னு சொல்லிரு... சும்மா கண்ணால குற்றம் சாட்டாதே!'

'இல்லை சார்... ஒண்ணுமில்லை...!'

'டோண்ட் கிவ் மீ தட் லுக்...'

'இல்லை சார்... எனக்கு எந்தவித உரிமையும் இல்லை...!'

'அப்ப கல்யாண ஏற்பாடுகளைக் கவனிக்கிறியா?'

சரோ அக்காவுக்குச் சொன்னபோது அவள் பதற்றப் பட்டு, 'என்னது இவ்வளவு சீக்கிரமாவா?'

'அக்கா! நான் இருக்கிற மனநிலையில் இந்தக் காரியம் ஒரு விதத்தில் தவிர்க்க முடியாம போறது.'

'எனக்குச் சந்தோஷம்தாண்டா மூர்த்தி. ஆனா, பண்ணிக்கிறதா இருந்தா கல்யாணியோட தங்கையைக் கல்யாணம் பண்ணிக்கணும்னுட்டு...'

'அபத்தமா பேசாதே... எனக்கும் கல்யாணிக்கும் வயசு வித்தியாசம்... அதும் அவ தங்கைன்னா இன்னும் குழந்தை அது...'

'நீ சமீபத்தில அந்தப் பெண்ணைப் பார்த்தியோ!'

'பார்க்கமாட்டேன்!'

'இப்ப கல்யாணம் பண்ணிக்கப் போற பொண்ணு யாரு?'

'ஒரு விதவை... என்னைப் போல ட்ராஜிக்கா தன் கணவனை இழந்தவ... அதும் பதினெட்டு நாளில...'

'நம்ம ஜாதிதானே?'

'கேக்கலை!'

'பேராவது தெரியுமோ?'

'சுப்ரியா!'

'பேர்லருந்து என்ன தெரியப் போறது? எப்ப கல்யாணம்?'

'இன்னும் சில தினங்கள்ல ரிஜிஸ்டர் கல்யாணம்... அக்கா, நீ எதும் இப்ப சொல்லாதே! ஆடம்பரமில்லாம இந்தக் கல்யா ணத்தைப் பண்ணிக்க விரும்பறோம்!'

'நாங்க வரலாமோல்லியோ?'

'தாராளமா... நீ, அத்திம்பேரை விட்டா எனக்கு வேற யார் இருக்கா? கோத்தாரி மாமாகூட இல்லை...'

'அந்த மட்டும் இருந்தா சரி... ரிஜிஸ்டர் மேரேஜூம் எப்படி இருக்கும்னு பார்க்க வேண்டாமா? கையெழுத்து எதாவது போடணுமா...'

'நாங்க போடணும்... வந்து பாரேன்...'

'சரி...'

ஒருவாரம் தாம்ஸன் கேட்டிருந்த விவரங்கள் தரும் சிரத்தையில் கல்யாண ஏற்பாடுகளை மறந்துவிட்டிருந்தான் கிருஷ்ணமூர்த்தி. வீட்டுக்குப்போனபோது சுப்ரியா: 'என்ன எல்லாம் ஆச்சா?'

'என்ன?'

'ஏற்பாடுகள்! ஞாபகம் இருக்கா? கல்யாணம் பண்ணிக்கணும்...'

'நீதான் ஏற்பாடு பண்ணேன்.' அவள் கன்னத்தைத் தட்டினான்...

'ஐயோ... எனக்கு ஏதும் தெரியாதே...'

'பயப்படாதே... குணா எல்லாம் ஏற்பாடு பண்ணுவா.'

'குணா யாரு?'

'ஆபீஸ் செகரட்டரி... பாத்திருக்கியே...!'

'ஞாபகம் இல்லே... எதுக்கு குணா எல்லாம்? நீங்களே பண்ணியிருந்தா நல்லது!'

'ஏன்?'

'உங்களுக்குத்தான் டயம் இல்லயே' என்றாள். 'மூர்த்தி, இதெல்லாம் முக்கியமில்லை... ரெண்டு பேரும் ஒருத்தர் மேல ஒருத்தர் விசுவாசத்தோட சந்தோஷமா இருக்கிறது, பழையதை மறக்கறது, உங்க கடந்த காலத்தைப் பத்தி நான் எதும் கேக்கப் போறதில்லை... அதே மாதிரி நீங்களும்...'

'சரி...'

'ப்ராமிஸ்?'

'ப்ராமிஸ்!'

அவன் கையைப் பற்றிக் கன்னத்தில் வைத்துக்கொண்டாள். அவன் அதன் இலக்கை மாற்றி அவள் கழுத்தை அடைந்து மார்பைத் தடவிக்கொடுக்க, 'என்னது எப்பப் பார்த்தாலும்...'

'மறந்து போகாம இருக்கறதுக்கு...'

'இல்லை... பழையதை மறக்கறதுக்கு!'

'சுப்ரியா, எங்கக்கா கேட்டா, நீ எங்க ஜாதியான்னு...!'

'அதுக்கு நீங்க என்ன சொன்னீங்க...?'

'தெரியாதுன்னேன்... ஐ டோண்ட் கேர்...!'

'இல்லை மூர்த்தி... நானும் நீங்களும் ஒரே ஜாதிதான்! துக்க ஜாதி! துக்கத்தை மறக்கவேண்டிய கட்டாயம் இருக்கிற ஜாதி...'

குணா அவனிடம் சில விண்ணப்பத் தாள்கள் கொடுத்துக் கையெழுத்து வாங்கிக்கொண்டாள்.

'வெள்ளிக்கிழமை ராகுகாலம் இல்லாத நல்ல நாள்ல ஏற்பாடு பண்ணியிருக்கேன்... சார், இதில சுப்ரியாவுடைய கையெழுத்து வேணும். மணவாளன் வெள்ளிக்கிழமை காலைல திரும்ப வந்துடறார்.'

'எங்க போயிருக்கார்?'

'பாங்காக்...!'

'ஓ... மறந்துட்டேன்... ஏதோ எக்ஸிபிஷன் இல்லை?'

'எங்கே ஹனிமூன் போகணும்னு விரும்பறீங்க? ரிசர்வேஷன் பண்ணணும்!'

'கேட்டுச் சொல்றேன் சுப்ரியாட்ட... அதெல்லாம் விரும்பமாட்டாள்னு நினைக்கிறேன்...'

'போன்ல கேட்டுச் சொல்றீங்களா?'

'இப்ப வீட்டில இருக்கமாட்டா!'

மேஜைமேல் ஒரு இன்லண்ட் கடிதம் வைத்திருந்தது. 'பர்சனல்' என்று போட்டிருந்ததால் குணா அதைப் பிரிக்காமல் வைத்திருந்தாள். அதைப் பிரித்துப் பார்த்தான். கடிதத்தின் மத்தியில் பெரிய எழுத்துகளில்...

'ஏமாளி, அவளைப் போய்க் கல்யாணம் செய்து கொள்ளலாமா?' என எழுதியிருந்தது. சற்று நேரம் யோசித்தான். ஏனோ கிழித்துப் போடாமல் பைக்குள் வைத்துக்கொண்டான்.

அந்தக் கடிதத்தை மறந்தே போய்விட்டாலும் அடிமனத்தில் என்னவோ உறுத்திக் கொண்டிருந்தது. சாயங்காலம் குளித்து விட்டு, புத்தகத்தை வைத்துக்கொண்டு ஹாலில் நாற்காலியில் உட்கார்ந்தபோது, 'சுப்ரியா, உங்க ஆபீஸ்ல நம்ம கல்யாணத்தை விரும்பாதவா யாராவது இருக்காங்களா?'

'இல்லையே!'

அந்த இன்லண்ட் கடிதத்தைக் காட்டினான்.

'ஓ தட்' என்றாள்.

'இதை ஏன் பைலயே வெச்சிருக்கீங்க? எனக்குக் காட்டவா?'

'சே... சே...!'

'இந்தக் கடிதத்தைச் சரியாப் பாத்தீங்களா?'

'இல்லையே... ஏன்?'

‘அதை போஸ்ட் பண்ண போஸ்ட் ஆபீஸ் உங்க ஆபீஸ் பக்கத்தில்!’

‘துப்பறியும் வேலையெல்லாம் வேண்டாம். அதை மற... அதைக் கிழிச்சுப்போடத்தான் இருந்தேன். ஏனோ பைல போட்டுண்டேன்.’

‘ஸப்கான்ஷியலா அதை நம்ப விரும்பறீங்க இல்லையா?’

‘சேசே! ஆர்ம்சேர் சைகாலஜியெல்லாம் வேண்டாம். என்னவோ!’

‘இல்லை... நீங்க இதை விசாரிக்க முடியும். ஆபீஸ்ல யார் யாருக்கு நீங்க கல்யாணம் பண்ணிக்கப் போறது தெரியும்?’

‘ஆபீஸ்ல மட்டும் இல்லை. அக்காட்ட சொன்னதில காட்டுத் தீ மாதிரி பரவியிருக்கும்...’

‘இது போஸ்ட் பண்ணது?’

‘சுப்ரியா! அதைப் போய்ப் பெரிசா எடுத்துக்காதே... ஜஸ்ட் ஃபர்கெட் இட்!’

‘எப்படி மறக்க முடியும்? என்னைப்பத்தி இருக்கே கடிதம்...’

‘ஸோ வாட்? மொட்டைக் கடுதாசிங்கறது ஒரு கோழைத்தனம்...’

‘மூர்த்தி! நீங்க இதை எழுதினது யாருன்னு கண்டுபிடிச்சே ஆகணும்... விசாரிச்சுப் பாத்துருங்க... ஆபீஸ்ல யாருக்காவது நாம கல்யாணம் பண்ணிக்கிறதுல வருத்தமா?’

குணாவின் நினைவு வந்தது.

‘ஐ டோண்ட் திங்க்... சரி... நாளைக்கு விசாரிக்கிறேன். பைலயே போட்டுரு...’

‘பெரிய கோழைத்தனம் இது!’

‘வா, இதை மறக்கலாம்...’

‘எப்படி?’

‘தி யூஷுவல்.’

‘போங்க... உங்களுக்கு வேற எதும் தெரியாதா!’

'வேற எதாவது சொல்லித்தாயேன்...'

'யாரு எழுதியிருப்பா?'

'ஆல்ரைட்! உன்கிட்ட எதையும் மறைக்கமாட்டேன். வேண்டாம்! குணான்னு என் செகரெட்டரி இருக்கா பாரு... அவளுக்கு இந்தக் கல்யாணத்தில் ஒரு விதத்தில் பொறாமை...'

'ஏன், எதுக்கு?'

'எங்கிட்ட நிறைய ஃப்ளர்ட் பண்ணிண்டிருந்தா.'

'முதல்ல அவளை வேலையைவிட்டு உடனே நிறுத்துங்க...'

'சரி சரி! ஆனா, அவதான் இதை எழுதினதுன்னு தீர்மானமா தெரியாம...'

'அதெல்லாம் வேண்டாம்... அவளை வீட்டுக்கு அனுப்பிடுங்க... இன்னிக்கே... நாளைக்கே...'

'சரி' என்று சிரித்தான், 'அப்பா... இத்தனை கோபமா.'

'குணாவாம் குணா... இப்படி வேற யாரும் இருக்காங்களா ஆபீஸ்ல?'

'ஈஸி ஈஸி... உங்கிட்ட உண்மையைச் சொல்றது அபாயம் போல இருக்கே...'

சட்டென்று அவனைக் கழுத்தில் வந்து கட்டிக்கொண்டு 'ஸா...ரி அப்ஸெட் ஆயிட்டீங்க இல்லை?'

'சரியாப் போய்டும், ஒரு கிஸ் கொடுக்க அனுமதிச்சா...'

'கொடுத்தாப்போச்சு... எங்கே...?'

'இங்கே...'

'ஆசையைப் பாரு...'

அவளை அப்படியே கட்டாகத் தூக்கிப் படுக்கையில் வைத்தான்.

'இன்னிக்கு நான்தான் சமையல்!'

'ஐயோ... நம்மால தாங்காதுப்பா... கல்யாணி உங்க சமையலை...'

'ப்ளீஸ்! கல்யாணியைப் பத்தி பேச்சு ஏதும் வேண்டாம்...'

'ஸாரி, ஸாரி...'

மறுதினம் ஆபீஸ் போனபோது குணா கல்யாணத்துக்கு மற்ற எல்லா ஏற்பாடுகளும் செய்திருந்ததைக் கவனித்தான். ரிஜிஸ்ட்ரார் அலுவலகத்தில் தேதி வாங்கிவிட்டாள். சாட்சிக்கு வரப்போகிற வர்கள், பார்ட்டிக்கு வரப் போகிறவர்கள் என்று பட்டியலிட்டு வைத்திருந்தாள். பெங்களூருக்கு இரண்டு ப்ளேன் டிக்கெட் புக் பண்ணி வைத்திருந்தாள். இன்விடேஷன் அழகாக டெஸ்க்டாப் பேஜ்மேக்கரில் பண்ணி வைத்திருந்தாள். 'சே... இவளைப் போய்ச் சந்தேகப்பட்டோமே' என்று பரிவாக நினைத்துக்கொண்டான். 'தாங்க்ஸ் குணா... தாங்க்ஸ் ஃபார் எவ்ரி திங்... இதற்குக் கைம்மாறா நான் உனக்கு நல்ல மாப்பிளையா தேடித்தரேன்...'

'என் 'நல்ல மாப்பிள்ளை' வேற கல்யாண ஏற்பாடு பண்ணிக்கிட்டார் சார்...'

'அப்படியா...' என்றான் இயல்பாக...

குணா அன்று வந்த கடிதங்களை மேஜைமேல் வைத்தாள். மறுபடி 'பர்சனல்' என்று குறிப்பிட்டு இன்லண்ட் கடிதம்.

அதைக் கத்தியால் கீறித் திறந்து உள்ளே பார்த்ததில் 'அவள் உன்னை ஏமாற்றுகிறாள். தெரியாமல் வலையில் சிக்குகிறாயே' என்று எழுதியிருந்தது.

'பாஸ்டர்ட்' என்றான். தபால் முத்திரையைப் பார்த்தான். அலு வலக வட்டாரத்தைச் சேர்ந்த தபால் ஆபீஸில்தான் சேர்க்கப் பட்டிருந்தது.

'என்ன சார்?' என்றாள் குணா.

'கோழைத்தனமா ஒருத்தன் எனக்குத் தினம் மொட்டைக் கடுதாசி எழுதிக்கிட்டு இருக்கான்...'

'என்னன்னு?'

'இந்தக் கல்யாணத்தில் ஆபீஸ்ல யாருக்கோ இஷ்டமில்லை குணா... போஸ்ட் ஆபீஸ் முத்திரையில் இருந்து சுத்துப்பட்ட வங்கதான் போட்டிருக்கணும்னு தெரியுது.' குணா மௌனமாக இருந்தாள்.

'ஒரு வேளை நீதானோன்னு கூட ஒரு பைத்தியக்காரத்தனமான எண்ணம் எழுந்தது...'

குணா, 'என்ன சார். என்னைச் சரியா புரிஞ்சுக்கலை நீங்க' என்றாள்.

'போன்ல என் நண்பன் வினோத்னு... இந்த நம்பர் கொடு.' அந்த நம்பர் கிடைத்ததும், 'வினோத்... நான் மூர்த்தி பேசறேண்டா... ஒரு உதவி வேணும்...'

'என்ன... சொல்லு?'

'ரெண்டு நாளா மொட்டைக் கடுதாசி வர்றது. யாருன்னு கண்டுபிடிக்கணும்... ரெண்டு நாளில்!'

'பயமுறுத்தல் கடுதாசியா?'

'இல்லை. நேர்ல வந்தா சொல்றேனே. மத்தியானம் வர்றியா?'

குணா கேட்டுக் கொண்டிருந்தாள்.

'கண்டுபிடிச்சுருவான் கில்லாடி...'

குணாவின் கரங்கள் லேசாக நடுங்கிக் கொண்டிருந்ததை மூர்த்தி கவனிக்கவில்லை.

அத்தியாயம் இருபத்திரண்டு

வினோத் வந்தவுடன் மேஜை மேலிருந்து பேனாக்களை ஆராய ஆரம்பித்தான். சின்ன வயதிலிருந்தே கிருஷ்ணமூர்த்திக்கு சிநேகம். ஒரு வேலையில் ஸ்திரமில்லாமல் அலைபவன். எப்போதாவது, எங்கிருந்தாவது போன் பண்ணுவான். எதிர்பாராத இடங்களில் சந்திப்பான். ஒவ்வொருமுறை சந்திக்கும்போதும் ஒரு புது வேலை சொல்வான். இறுதியாகக் கேட்டது அவன் ஒரு செக்யூரிட்டி ஏஜென்ஸி எடுத்திருப்பதாக.

'கொழிக்கிறது, லோகத்தில் பணக்காரங்க ஜாஸ்தியா போகப் போக கொள்ளைக்காரங்களும் ஜாஸ்தியா போயிடறாங்க. அதனால நம்ம மாதிரி ஆசாமிங்களுக்குக் காட்டில மழை. உனக்கு என்ன வேணும் சொல்லு... ரொம்ப பிஸி இப்பல்லாம் நான். மிஸ்... ஒரு ரெண்டு கப் காபி ஆர்டர் பண்றீங்களா?'

குணா போனதும், 'குட்டி பிரமாதமா இருக்கா... செகரட்டரி மட்டும்தானா... அதுக்கும் மேலயா?'

'வினோத்! நான் கல்யாணம் பண்ணிக்கப் போறேன்...'

'இன்னம் கல்யாணம் ஆகலையா உனக்கு?'

'ஏன் கேக்கறே... ஒரு முறை நடந்து பொண்டாட்டி, குழந்தை ரெண்டு பேரையும் ஆக்ஸிடென்ட்ல இழந்துட்டேன்...'

'ஓ! ஸாரி. ஸாரி... யாரோ சொன்னாங்க... நான் அப்பவே துக்கம் கேக்க வந்திருக்கணும். என்ன

ஆச்சுன்னா துபாய் போய்ட்டேன். அங்க ஒரு கன்ஸ்ட்ரக்ஷன் கம்பெனி...'

'இந்த இன்லண்டு லெட்டர்களைப் பாரு' என்றான்.

வினோத் அதைப் பார்த்துவிட்டு, 'பொம்பளை கையெழுத்து... பின்பக்கமா சாஞ்சிருக்கு' என்றான்.

'நான்கூட நினைச்சேன்...'

'என்ன கண்டுபிடிக்கணும்?'

'எனக்கென்னவோ இப்ப வந்தா பாரு குணா... அவதான் எழுதியிருப்பான்னு தோணுது...'

'அதை கன்ஃபார்ம் பண்ணணுமா...?'

'இல்லை... இவ இதை எழுதினதுக்குக் காரணம் பொறாமை மட்டும்தானா... இல்லை...'

'இதில் சொல்லியிருக்கிறதில் ஏதாவது உண்மை இருக்கான்னு அறிய விரும்பறியா...'

'முதல்ல இவதானான்னு கண்டுபிடி...'

'எழுதினது இந்தப் பொண்ணுதானான்னு கண்டுபிடிக்கறது ரொம்பச் சுலபம்...'

குணா காபி கோப்பைகளுடன் உள்ளே வந்து நளினமான விரல்களால் காபி கலக்கும்போது, 'கொஞ்சம் நெர்வஸா இருக்கீங்க... ரிலாக்ஸ்' என்றான் வினோத்.

அவள் அறையைவிட்டுப் புறப்பட, 'கொஞ்சம் இருங்க... ஒரே ஒரு லெட்டர் டிக்டேட் பண்ணணும்னாரு உங்க பாஸ்...'

அவள் மூர்த்தியை நிமிர்ந்து பார்க்க, 'உக்காரு குணா' என்றான். வினோத் ஒரு காகிதத்தை எடுத்து, 'இதில எழுதிடுங்க ப்ளீஸ்! என்ன பேரு சொன்னீங்க?'

'குணா...'

'குணா, மூணே மூணு வார்த்தை எழுதினா போதும்... 'ஏமாளி', 'முட்டாள்' அப்புறம் என்ன... இன்லண்டு லெட்டரைப் பார்த்தான் வினோத். குணா அவனை ஒருவாறு முறைத்துப் பார்த்து 'எ... என்ன இதெல்லாம்?' என்றாள்.

‘எழுதுங்க... ஏ... மா... ளி, மு... ட்... டா... ள்’

குணா சட்டென்று முகத்தைக் கரங்களால் பொத்தி அழ ஆரம்பித்தாள். அவள் சற்று நேரம் அழுதபின் வினோத், ‘பாருங்க... மொட்டைக் கடுதாசி எழுதறது ரொம்ப கோழைத்தனம். எங்க தொழில்ல ரொம்ப சுலபமா கண்டுபிடிக்கக்கூடியது அதுதான். ஒரு ஆளு கையெழுத்து எழுதறபோது என்னவெல்லாம் ‘க்ளு’ கொடுக்கிறீங்க தெரியுமா? இதில பாருங்க ‘ட்’ டன்னாவுக்குப் புள்ளி வெக்கறப்ப தள்ளி வெச்சிருக்கீங்க. வார்த்தைகளுக்குள்ள உள்ள இடைவெளி... குணா, எதுக்கு இந்தக் கடுதாசி எழுதினீங்க?’

‘அவர் மேல... அவர் மேல இருக்கிற கவலையினாலதான் சார்!’

‘கவலையா?’

‘அவர் கல்யாணம் பண்ணிக்கப் போற பொம்பளை வந்து...’

‘ஸ்டாப் இட் குணா. உன்னை எழுத வெச்சது என்னன்னு இப்ப தெரிஞ்சு போச்சு. ஸ்டாப் இட்! இனிமே இந்த மாதிரி செய்யாதே! உன்னை டிபார்ட்மெண்ட் மாத்திடறேன்...’

‘நான் சொல்றதை முழுக்கக் கேட்டீங்கன்னா...’ என்று அழுது கொண்டே ஆரம்பித்தாள்.

‘எனக்கு எதும் கேட்க வேண்டிய அவசியமில்லை. இப்ப நீ போகலாம்...’

கண்களைத் துடைத்துக் கொண்டே அறையைவிட்டு வெளியே போனதும் ‘தட் வாஸ் ஹார்ஷ்... அவ எதுக்காக கடிதங்களை எழுதினாள்னு கேட்டிருக்கலாம்.’

‘எனக்குத் தெரியவேண்டாம் வினோத். ஏன்னா, அவளைச் செலுத்தறது பொறாமை. அவளுக்கு என்னைக் கல்யாணம் செய்துக்க ஒரு இச்சை இருந்திருக்கு. அதனாலதான்.’

‘ஓ, அப்படியா!’

‘அதனால இப்ப கல்யாணம் பண்ணிக்கப்போற பெண் மீது நிறைய அவதூறுகள் சொல்லத் தயங்கமாட்டா!’

‘விமன்!’

'தாங்க்ஸ்! இந்த விவகாரத்தை இத்தோட விட்டுருவம்னு நினைக்கிறேன். வெள்ளிக்கிழமை கல்யாணம்! வர்றியா?'

'எங்கப்பா?'

அவனிடம் ரிசப்ஷனுக்கு அழைப்புக் கடிதத்தைக் கொடுத்தான்.

'நேரமிருந்தா வரேன்...'

அவன் போனதும் இன்டர்காமில், 'குணா, கொஞ்சம் வர்றியா?' என்றான்.

'குணா... குணா!'

'அவங்க இல்லை... உடம்பு சரியில்லைன்னு வீட்டுக்குப் போயிட்டாங்க' என்று உள்ளே வந்த நந்தினி சொல்ல, 'நந்தினி... இனிமே நீதான் எல்லா ஆபீஸ் வேலையையும் பார்த்துக்கணும்... என்ன...?'

வீட்டுக்குப் போனதும் சுப்ரியாவிடம் நடந்ததைச் சொன்னான்.

'அந்தப் பொண்ணை உடனே வேலையைவிட்டு நீக்கியிருக்கணும். நீங்க டிபார்ட்மெண்ட் மாத்தறதில அர்த்தமே இல்லை...'

'வேலையைவிட்டு நீக்கறதெல்லாம் அத்தனை சுலபமில்லை சுப்ரியா. நோட்டீஸ் பீரியட், லேபர் லாஸ் எல்லாம் இருக்கு.'

'எதுக்காக அவ அப்படி எழுதணும்?'

'அதான் சொன்னேனே... 'பர்ஸனலர் ஜெலஸி... அவளுக்கு என்மேல் ஒரு குறி இருந்திருக்கு. சம்பிரதாயமா நடக்கக்கூடியது தானே...'

'எனக்குப் பிடிக்கலை. இந்த ஆபீஸையே விட்ருங்க...'

'மணவாளன்கிட்ட சொல்லாதே... அவர் ஹார்ட்டே நின்னு போய்டும்...'

'போகட்டும்... வேற யாராவது...'

'லுக்! யு ஆர் ஓவர் ரியாக்டிங். இந்தப் பிரச்னை தீர்ந்துபோய்டுத்து, அவ்ளவ்தான். அதை மேல குழப்பவேண்டாம்.'

'மூர்த்தி, உங்களுக்கு என்மேல பூரண நம்பிக்கைதானே?'

'நம்பிக்கைதான் சுப்ரியா...'

'நான் உங்களை ஏமாத்தலைதானே? இப்பகூட லேட்டில்லை... கல்யாணத்தை நிறுத்திடலாம்...'

'என்ன இது... பைத்தியம் மாதிரி உளறிண்டு...

'என்னுடைய கடந்த நாட்களில்...'

'ஸ்டாப் இட்! நான் உன்னை முழுசா நம்பி முழுசா கல்யாணம் செய்துக்கப்போறேன். அவ்ளவ்தான். ஃபுல் ஸ்டாப்.'

வியாழக்கிழமை சாயங்காலம் மாம்பலத்திலிருந்த நடைக் கடைக்குப் போய் மோதிரம் வாங்கினான்.

'தாலி இருக்குங்களா?'

'இருக்குங்களே... எப்ப வேணுங்க?'

யோசித்துப் பார்த்து, 'வேண்டாம்' என்றான். எங்கிட்ட ஒரு தாலி, அவகிட்ட ஒரு தாலி வீட்டிலேயே இருக்கிறது! அத்தனை பார்ஸல் களும் பேப்பர் பொட்டலங்களும் காரில் இருக்க, ஆபீஸ் போன போது மணவாளன் வந்திருந்தார். அழைத்திருப்பதாகத் தகவல் மேஜைமேல் வைத்திருந்தது. நந்தினியின் கையெழுத்து வேறு மாதிரி இருந்தது. குணா ஆபீஸுக்கு வரவில்லையென்று தெரிந்தது.

'மணவாளன்... வந்துட்டீங்களா?'

'ஆமா... உன் கல்யாணத்துக்குன்னு ஸ்பெஷலா ப்ளேனைப் புடிச்சு வந்துட்டேன்யா மூர்த்தி. இந்தக் கல்யாணத்தில எனக்கு ரொம்ப சந்தோஷம். ஒரு வழியா நீ ஸ்டெபிலைஸ் ஆகி வருத்தத்தை மறந்து மறுபடி வேலையில கான்ஸன்ட்ரேட் பண்ணுமேங் கறதில என்னைவிட சந்தோஷப்படக் கூடியவன் வேற யாரும் இருக்க முடியாது. கல்யாணத்துல வெட்டிங் கிஃப்ட் உனக்கு ஒரு சர்ப்ரைஸ் காத்திருக்கு. பீட்டர் தாம்ஸன் உன் கான்ட்ராக்ட் கன்டிஷனையும் ஸ்பெஸிஃபிகேஷனையும் பார்த்து அசந்து போய்ட்டான். டெலக்ஸ் அனுப்பிச்சிருக்கான் பாரு...'

'சரி... வேற எதும் இல்லைதானே...'

'இல்லை மூர்த்தி...'

'நாளைக்கு மறக்காம வந்துருங்க...'

'நான்தோனே சாட்சிக் கையெழுத்து போடப்போறேன். குணாகிட்ட சொல்லிட்டேனே...'

'குணா வரமாட்டான்னு நினைக்கிறேன்...'

'ஏன்?'

'அவளை மாத்திருங்க மணவாளன்...'

'ஏன்?'

'என்ன என்னவோ அசிங்கமா மொட்டைக் கடுதாசியெல்லாம் எழுதினா, இந்த கல்யாணத்தைப் பத்தி... சுப்ரியாவைப் பத்தி...'

அவர் முகம் கடுமையாகி, 'துரத்திடு கழுதையை...'

'இல்லை மணவாளன்... அது முடியாது லேபர் லாஸ்படி...'

'லேபராவது லாவாவது... எல்லாமே டெம்பரரி. ஒரு நாள்ல இதுங்களை விரட்டிரலாம். ஜஸ்ட் கெட் ரிட் ஆஃப் ஹர்... நான் செக்யூரிட்டிக்குச் சொல்லி ஆபீஸ் பக்கம் அவ வந்தா அனுமதி கூட கிடையாதுன்னு சொல்லிர்றேன்...'

'இல்லை மணவாளன்... அவ்வளவு கடுமையா தண்டிக்க வேண்டாம்.'

'உனக்குத் தெரியாது. இதுங்கள்ட்டே ஸ்ட்ரிக்ட்டா இருக்கணும். இல்லைன்னா உம்மேல ஏதாவது போலீஸ் ஸ்டேஷன்ல கேஸ் போட்டாலும் போட்டுரும்...'

'அப்படியெல்லாம் செய்யமாட்டா.' மணவாளன், 'லெட் மீ ஹாண்டில் திஸ்...' உடனே அட்மின் ஆபீஸரைக் கூப்பிட்டார். 'யு ஆர் டூ ஸாப்ட் மூர்த்தி. அதான் உன் பிரச்னை... கிருஷ்ணசாமி, குணான்னு மூர்த்தியோட செகரட்டரி இருக்கா. அதுக்கு உடனே எல்லா அரியர்ஸும் க்ளியர் பண்ணிட்டு நோட்டீஸுக்குப் பதிலா சம்பளத்தைக் கொடுத்துட்டு டிஸ்மிஸ் பண்ணிருங்க. நாளைக்கு அந்தப் பொண்ணு ஆபீஸ்ல நுழையக்கூடாது. கார்டை எடுத்துருங்க என்ன...'

'சரி, சார்...'

தன் மேஜைக்குத் திரும்பியதும் மணவாளன் செய்ததன் மிகைப் பட்ட கோபம் அவனுக்கு ஆச்சரியமாக இருந்தது. எதற்காக இந்தச் சின்ன விஷயத்துக்கு இத்தனை கடுமையான தண்டனை?

நந்தினி என்ற அந்தப் பெண்ணுக்கு ஒரு டெலக்ஸ் ட்ராஃப்ட் பண்ணக்கூடத் தெரியவில்லை. பயந்து நடுங்கி தப்புத் தப்பாக அடித்து வைத்திருக்கிறது. குணா இருந்தால் இதைப் பற்றியெல்லாம் கவலையே வேண்டாம்... அத்தனை செய்தது அநியாயம்!

'நந்தினி, குணாவோட வீட்டு விலாசம் தெரியுமா?'

'அட்மிஷன் செக்‌ஷன்ல இருக்கும் சார்...'

'அதை எழுதி வாங்கிட்டு வா...'

'குணாவை டிஸ்மிஸ் செய்துட்டீங்களா சார்?'

'யார் சொன்னா?'

'ஆபீஸ் முழுக்க அப்படித்தான் பேச்சு...'

'மேற்கொண்டு என்ன பேச்சு?'

அவள் பதற்றத்துடன் அவனைப் பார்க்க, 'அட்ரஸ் கொண்டு வா, போ...'

குணாவின் வீடு சைதாப்பேட்டைக்கு மாறி இருந்தது. எம்.எம்.டி.ஏ கட்டின மத்தியதர கட்டடங்களில் ஒன்று. மாடிப்படிகளில் குழந்தைகள் விளையாடிக் கொண்டிருக்க, மூன்று மாடி ஏறுவதற்குள் மூச்சு இரைத்தது. வயதாகிறது என்று நினைத்தான். குணாவின் கதவின் வாசலில் ஆண்பிள்ளை செருப்பு இருந்தது. கதவு திறந்ததில்,

'வினோத்! நீ இங்க எப்படி...'

'மூர்த்தி, நீ இங்க எப்படி?'

'குணாவைப் பார்க்க வந்தேன்.'

'நான் குணாவை அழைக்க வந்தேன்.'

'ஓ, அப்படியா!'

'மூர்த்தி... நான் ஒண்ணு சொன்னா கோவிக்கமாட்டியே...'

'என்ன?'

'கல்யாணம் பண்ணிக்காதே... உன்னை எல்லாரும் சேர்ந்து ஏமாத்தியிருக்காங்க... பெரிய சதி! உள்ள வா, சொல்றேன்' என்றான்.

அத்தியாயம் இருபத்து மூன்று

'உள்ளே வா...' என்று வினோத் பச்சாதாபத்துடன் பார்த்துக்கொண்டு கிருஷ்ணமூர்த்தியை அழைத்து, 'உன்னைப் போல ஏமாளி இருக்க முடியாது. லெட்டர்ஸ் சொன்னது தப்பில்லை!'

'என்ன விஷயம் வினோத்?' குணாவின் வீட்டுக்குள் நுழைய, அவள் பதறப்பட்டு, 'வாங்க சார்... வாங்க... எங்க வீட்டுக்குள்ள நீங்க அடியெடுத்து வைக்கிறதே...'

'உபசாரங்களையெல்லாம் கவனிக்க அவகாச மில்லை... சொல்லு வினோத்?'

'கொஞ்சம் கொஞ்சமா ஷாக் வாங்கிக்க! சுப்ரியாங்கற பொண்ணைத்தானே கல்யாணம் செய்துக்கப் போறே?'

'ஆமாம்.'

'அவளுக்கு ஏற்கெனவே...'

'கல்யாணமாகி, புருஷனை இழந்து, விதவை... இதைச் சொல்றதுக்கா...'

'நான் சொல்லி முடிக்கிறேம்பா. அந்தப் பொண்ணு ஏற்கெனவே கல்யாணம் ஆகியிருக்குன்னு சொன்னது பொய்! கல்யாணமும் ஆகலை... ஒண்ணுமில்லை...'

'ராங்! அவங்க கல்யாண போட்டோ பாத்திருக்கேன் அவ வீட்டில.'

‘அவளுக்கு இன்னும் கல்யாணம் ஆகலே சார்... வினோத் கண்டு பிடிச்சுச் சொல்லும் தகவல் எல்லாமே உண்மையானதுதான். ஏன்னா, உங்ககிட்ட பொய் சொல்லி எனக்கு ஆதாயமில்லை, நான் இதுல சம்பந்தப்படலை...’

மூர்த்திக்குக் குழப்பம் முகத்தில் தெரிய, ‘அந்தப் பொண்ணு, எக்மோர் ஆர்ட் தியேட்டர்ஸ்னு ஒரு க்ரூப்ல நடிகை, மோகன் ராக்கேஷ், பாதல் சர்க்கார், ப்ரஹ்ட்டுன்னு ஒரு கோஷ்டி ஜல்லியடிச்சுக்கிட்டு இருக்கு. அதைச் சேர்ந்தவ... அதர் வேர்ட்ஸ்... இன்டெலெக்சுவல்... ஜே. கிருஷ்ணமூர்த்தியெல்லாம் வெச்சிருப்பாளே வீட்டில...’

‘நீ என்ன சொல்றே...’

‘எல்லாம் உன்னைச் சிக்க வைக்கறதுக்கு... உன்னைக் கல்யாணத்தில மாட்டிவிடறதுக்கு ஒரு அற்புதமான சதி மூர்த்தி.’

‘யார் சதி?’

‘நான் விசாரிக்கலை... அந்தப் பொண்ணு கணவனை இழந்ததா சொன்னது பொய். நீ மேற்கொண்டு விசாரிச்சுக்க...’

‘ஆல்பமெல்லாம் காட்னா... கல்யாண ஆல்பம்! இருக்கவே முடியாது. இல்லை, அதுகூட செட்டப்பா?’

மூர்த்தி யோசித்தான். அவன் பார்த்த ஒரே ஒரு போட்டோ அலமாரியில் வைத்திருந்தது. இருவரும் பக்கத்துப் பக்கத்தில். அதில் ஏதும் கல்யாண அடையாளங்கள் இருந்ததில்லை.

‘மூர்த்தி... உன் நிலைமைல நான் இருந்தா, நேராப் போய் பளிச்சுன்னு கேட்டுருவேன்.’

‘என்ன கேட்க?’

‘முதல்ல கல்யாண போட்டாவைக் காண்பிக்கச் சொல்லு, அவள் கணவன் கட்டின தாலி இருந்தா... ஏதாவது ஸாலிடா ப்ஃரூப், வீடியோ இப்படி ஏதாவது காட்டச் சொல்லு. அவளால முடியாது பாரு...’

குணா அவனையே பார்த்துக் கொண்டிருந்தவள், ‘சார்! நான் ஏதோ பொறாமை அல்லது ஏமாற்றத்தாலோ, சொல்லலை. உங்க

மேல இருக்கிற பரிவால... என்னை நீங்க கல்யாணம் பண்ணிக் கணும்னு ஏதும் கட்டாயம் இல்லை...'

'எனக்கு எல்லாமே குழப்பமா இருக்குது குணா... யாரு பொய் சொல்றா, யாரு நிஜம்! அதும் நாளைக்குக் கல்யாணம். இப்ப போய் சொல்றீங்களே...!'

'இப்பதான் உண்மை வெளியே வந்தது. அந்தப் பொண்ணு ஒரு ஏமாத்துப் பேர்வழி...'

'இது மட்டும் தப்பாருந்தா எனக்குக் கெட்ட கோபம் வரும்...'

'பொய்யில்லை மூர்த்தி. நானும் கூட வரட்டுமா? கொஞ்சம் விசாரிக்கிறேன்.'

'வேண்டாம்... தனியா சமாளிக்கிறேன்.'

குணா, 'என் வேலை போய்டுச்சுங்கறதுக்காக...'

'ஷட் அப்!' என்றான்.

அங்கிருந்து நேராக சுப்ரியாவைப் பார்க்கப் போனான். அவள் வீட்டில் இல்லை. இவனிடமிருந்த சாவி போட்டுத் திறந்து உள்ளே சென்று அலமாரியில் வைத்திருந்த படத்தை மறுபடி பார்த்தான். இரண்டு பேர், சுப்ரியாவும் அவள் 'கணவனும்' பக்கத்தில் பக்கத்தில் எடுத்த போட்டோ. அதைக் கல்யாண போட்டோ என்று யாரும் நிரூபிக்க முடியாது. ஆனால், கல்யாணம் ஆகியிருந்தால்தான் அந்த அருகாமை கிடைக்கும். இல்லை, நடிப்பாக இருந்தாலும். 'சே...' என்று கையைக் கையால் குத்திக்கொண்டு, அவள் அலமாரியைப் புரட்டினான். அவள் அறைக்குள் அவன் அதிகம் போனதில்லை. என்ன என்னவோ புத்தகங்கள் இருந்தன. அவற்றைப் புரட்டிப் பார்த்ததில் 'தி எக்மோர் ஆர்ட் தியேட்டர்ஸ்' அழைப்பிதழ்- 'த்ரீ பென்னி ஆப்பரொ' என்கிற நாடகத்துக்குப் பழைய அழைப்பிதழ் ம்யுஸியம் தியேட்டரில்... நடிகர்களின் பட்டியலில் சுப்ரியா என்ற பெயரும் இருந்தது.

'எல்லாமே நாடகமா?' யோசித்துப் பார்த்தான். சுப்ரியாவுடன் எல்லா நிகழ்ச்சிகளும் ஏதோ தீர்மானித்த கிரமப்படி நடந்திருப் பது புரிந்தது. காஞ்சிபுரத்துக்கு அவள் எப்படி வந்தாள்? அவன் தீர்மானிக்காமல் தயங்கியபோது தயாராக ஒரு குடிகாரன் எப்படித்

தோன்றினான்? மூர்த்திக்குச் சிந்திக்க முடியாமல் குழப்பமாக இருந்தது. பால்கனிக்கு வந்தான். ஆட்டோவில் வந்து சுப்ரியா இறங்கினாள்.

உள்ளே வந்தவள் கையில் ஏராளமான பார்ஸல்கள் வைத்திருந்தாள். 'அட வந்துட்டீங்களா! எப்ப வந்தீங்க? ரிஜிஸ்டர் கல்யாணம் என்றாலும் எத்தனையோ வாங்க வேண்டியிருக்கிறது. மூர்த்தி, உங்களுக்கு ஒரு சர்ப்ரைஸ். இஸ் ஸம்திங் ராங்?'

'ஆமாம் சுப்ரியா, உக்காரு. அந்தப் பையெல்லாம் தூக்கியெறி முதல்ல...'

'என்ன மூர்த்தி?'

'சுப்ரியா... உன் கல்யாண ஆல்பத்தைக் கொஞ்சம் காட்றியா.'

அவனை ஆழமாகப் பார்த்தாள். 'காட்டறேன்' என்றாள்.

'இப்ப... இந்தக் கணத்தில் பார்க்கணும் எனக்கு...மைகாட்!'

'இங்க இல்லை அது...'

'பின்ன எங்க இருக்கு?'

'அதை வந்து... அண்ணாகிட்ட... அக்காகிட்ட கொடுத்திருக்கேன்.'

'ஏதாவது காட்டு சுப்ரியா... எனக்குப் பைத்தியம் புடிக்காம இருக்க ஏதாவது காட்டு... நீ இதுவரை சொன்னதெல்லாம் நிஜம்தான்னு நிரூபிக்க ஏதாவது காட்டு சுப்ரியா! தாலி, கல்யாணக் கடுதாசி, பயங்கரமா என் சுய புத்தியை இழந்துண்டிருக்கேன். எல்லாரும் சேர்ந்து என்னை ஏமாத்தினீங்கன்னு மட்டும் சொல்லாத...'

'என்ன வேணும் உங்களுக்கு.?'

'ப்ரூஃப்! நிரூபணம்.'

'காட்டலைன்னா என்ன?' என்றாள் நிதானமாக.

'என்னவா...? என்னைப் போல ஏமாளி யாருமில்லைன்னு அவா சொல்றது சத்தியமாய்டறது.'

'எவா?'

'யாரோ... அதைப்பத்தி...'

'மூர்த்தி... பொறுமையா யோசிங்க. நம்ம நட்பு... இந்தச் சின்ன நம்பிக்கை ஆதாரத்தில வளர்ந்தது.'

'ஸ்டாப் தட்! கிவ் மீ ப்ரூஃப்.'

'அந்த போட்டோவைப் பார்த்து நம்பிக்கை ஏற்படலையா?'

'அந்த போட்டோ ஒரு நடிப்பா இருக்கலாம். உன் தியேட்டர் ஃபிரெண்டு யாராவது இருக்கலாம். நீ நடிப்பேன்னு ஏன் என்கிட்ட சொல்லவே இல்லை...?'

அவள், 'மூர்த்தி! உக்காருங்க' என்று அவன் காலரைத் தளர்த்த முற்பட்டதை முரட்டுத்தனமாகத் தள்ளினான்.

அவள் அதிர்ந்து போய் விலக, 'சுப்ரியா சொல்லு... அவங்க சொல்றது எல்லாம் பொய்தானே? நீ என்கிட்ட சொன்னதெல் லாம் நிஜம்தானே? ப்ளீஸ் சொல்லு...'

'கொஞ்சம் உக்காந்துக்கிட்டு நான் சொல்றதை நிதானமா கேக்கறீங்களா...?'

'கேக்கறேன் சொல்லு. ஆனா, என் காதுல பூ வெச்சீங்க... என்னை ஏமாத்தினேன்னு மட்டும் சொல்லாதே...'

'ப்ளீஸ் மூர்த்தி! லிஸ்ஸன்...'

சுப்ரியா மெள்ள அவன் எதிரே உட்கார்ந்துகொண்டு, 'மூர்த்தி! வாழ்க்கைல எத்தனை விஷயங்களைக் கேள்வி கேக்காம நம்பறோம். இதான் உன் அப்பான்னு சொல்றாங்க. நம்பறோம். இதான் அம்மாங்கறாங்க. நம்பறோம். இல்லையா? எத்தனை நம்பறோம்! பௌதீக விதிகளை, டெலிவிஷன் காட்டறதை, நியூஸ் பேப்பர் சொல்றதை... அமெரிக்காவுல கம்மிட் நடக்கிறது. காஷ்மீர்ல கொல்றான்னு போடறான்... நம்பறோம். அமெரிக்கா, காஷ்மீர் போய்ப் பார்க்கறமோ? அதைப் போல நான் சொன்னதும் நடந்ததுன்னு சொன்னா நம்பிக்கை வேணும் உங்களுக்கு...'

'இல்லை. அதைப் போல இல்லை சுப்ரியா இது...'

'அது போலத்தான். கல்யாணம் செய்துக்கப் போறமே. அதுக்கு முன்னால ஒருத்தர் வாக்கில் ஒருத்தருக்கு நம்பிக்கை வேணும்.

கொஞ்சம் அவகாசம் கொடுங்க... போட்டோ ஆல்பத்தை வரவழைக்கிறேன். ஆனா, உங்களுக்கு நம்பிக்கை இல்லைன்னா அதுவும் ஒரு 'செட்டப்,' அதையும் தயாரிச்சதுன்னு சொல்லிடலாம்! கல்யாணப் பத்திரிகை காட்டலாம். ஆனா, நீங்க அதும் ஒரு நாள்ல தயார் பண்ணி அச்சடித்துக்கொண்டு வந்ததுன்னு சொல்லிடலாம் இல்லையா? உண்மைங்கறது நம்பிக்கைலதான் இருக்கு மூர்த்தி...'

அவன் தயங்க, 'முக்கியமா நம்பிக்கை மூர்த்தி... இம்ப்ளிஸிட். ஃபெய்த் இல்லைன்னா நம்மால உயிர் வாழவே முடியாது...'

'சும்மா போட்டுக் குழப்பாதே. நீ ஒரு விதவையா இல்லையா?'

'நான் ஆமான்னு சொன்னதை நீங்க நம்பணும்...'

'நேராக் கேள்வி கேட்டா நேரா பதில் சொல்லு!'

'ஆல்ரைட்! சொல்றேன், இல்லை!' என்றாள் திடீரென்று தீர்மானித்தவள் போல.

'அப்ப இதெல்லாம் நாடகமா...? நடிப்பா?'

'ஆமாம்...'

'எதெல்லாம்...?'

'எல்லாம்!' என்றாள்.

'ஆரம்பத்திலிருந்து?'

'ஆரம்பத்திலிருந்து!'

'நீ கணவனை இழக்கலையா?'

'இல்லை...'

'காஞ்சிபுரத்தில் என்னை வந்து நீ சந்திச்சது...?'

'ஏற்பாடு பண்ணது.'

'தற்செயலா பஸ் ஸ்டாண்டில் என்னைப் பார்த்தது?'

'டிரைவருக்குச் சொல்லி வெச்சது...'

'அப்புறம் அன்னிக்கு ஒரு குடிகாரன்?'

'சந்துருன்னு எங்க தியேட்டர் க்ரூப் ஆசாமி...'

மூர்த்தி தலையைப் பிடித்துக் கொண்டு உட்கார்ந்தான். 'மை காட்! என்னைத் தவிர எல்லாருக்கும்...'

'மூர்த்தி! நீங்க என்னைப்பற்றி என்ன வேணா நினைச்சுக்குங்க. ஆனா, குறுக்க பேசாம நான் சொல்றதைக் கேட்டுப் பாருங்க... அப்புறம் என்ன வேணா தீர்மானிங்க! மூர்த்தி, நாம பேசின தெல்லாம் ஒரு கடந்த காலத்தைப் பத்தி... அதாவது எனக்குக் கல்யாணம்! கணவன் இறந்துபோய், துக்கம் கொண்டாடி, தற்கொலை பண்ணிக்க முயற்சி பண்ணி... எல்லாமே கடந்த காலத்தைப் பத்திதான் பேசினோம். கடந்த காலம் என்கிறதே ஒருவிதமான முடிந்து போன விஷயம்! காலாவதியான விஷயம். அது மெய்யா இருந்தா என்ன, ஒரு கவிதை கலந்த பொய்யா இருந்தா என்ன...? யோசிச்சுப் பாருங்க. 'பொய்ம்மையும் வாய்மையிடத்த புரை தீர்ந்த நன்மை பயக்கும் எனின்' னாரு வள்ளுவர்.'

'புரை தீர்ந்த... அது முக்கியம்...'

'எல்லாம் உங்க நன்மைக்குத்தான் செய்தோம் மூர்த்தி. அதிக துக்கத்தினால நீங்க திரும்பத் திரும்ப தற்கொலை முயற்சி பண்ணிக்கிறீங்கங்கற கவலையினால் உங்க துக்கத்தை மறக்க, ஆறுதல் பிறக்கச் செய்த காரியம் இது. துக்கத்தில் நீங்க ஒருத்தர் மட்டும் தனியில்லைங்கறதைப் புரிய வைக்க சுப்ரியாங்கற ஒரு இளம் விதவையைத் தயார் செய்தோம். இந்த மாதிரி ஆற்றில, விபத்தில இளம்பெண் கணவனை இழக்கிறதை பொய்யின்னு சொல்லவே முடியாது. இந்தக் கதைங்க தினம் தினம் நடக்குது. எனக்கு நடக்கலைங்கறதைத் தவிர இதில மற்றது அனைத்துமே நிஜம். இதப்பாருங்க... இந்தப் பத்திரிகைலகூட இதே மாதிரி ஒரு சம்பவத்தை விவரிச்சு செய்தி வந்திருக்கு... அதனால நான் சொன்னது முற்றிலும் பொய்னு எப்படிச் சொல்லலாம்?'

'சுப்ரியா, இதையெல்லாம் ஏற்பாடு பண்ணியது யாரு... சொல்லு?'

'மணவாளன்தான்' என்றாள்.

அத்தியாயம் இருபத்து நான்கு

'மணவாளனா?' என்றான் கிருஷ்ணமூர்த்தி அதிர்ச்சியடைந்து.

சுப்ரியா அவன் கண்களைச் சந்திக்க இயலாமல் பார்வை சரிந்து, 'எல்லாம் உங்க நன்மைக்குத்தான்.'

'ஸ்டாப் இட்! என்னுடைய நன்மைக்குத்தான். இத்தனை பொய் சொன்னியா? என் பக்கத்தில வந்து முத்தம் கொடுத்து, படுக்கைக்குக் கூப்பிட்டு... சே! ஒரு ப்ராஸ்டிட்யூட்டுக்கும் உனக்கும் என்ன வித்தியாசம்?'

'மூர்த்தி... ரொம்பக் கடுமையாப் பேசாதீங்க... என்னுடைய எண்ணம் முழுவதும் உங்களைக் கல்யாணம் செய்துகொள்ளப் போகிறோம்ங்கற உறுதி வியாபிச்சிருந்தது. அதனாலதான் அந்தச் சலுகைகளை அனுமதிச்சேன்.'

'அனுமதிச்சியா! என்னை செட்யுஸ் பண்ணினே!'

'அப்படித்தான் வெச்சுக்குங்களேன்... கல்யாணத்தில் முடியப்போறதுனால அது எல்லாம் தப்பாய்ப் படறதில்லை.'

'மை காட்! எப்படி நீ இப்படிப் பேசறே! இந்த மாதிரி கல்யாண இச்சையில் இன்னும் எத்தனை பேரை இந்த ஃப்ளாட்டுக்குக் கூப்பிட்டிருக்கியோ யாருக்குத் தெரியும்.'

அவள் கண்களில் நீர் தத்தளிக்க, 'ஏன் இப்படிக் கன்னாபின்னான்னு பேசறீங்க மூர்த்தி? ஐம் ஸாரி...

என்னை மன்னிச்சுருங்க... உங்களுக்கு உயிர் வாழறதில் ஒரு ஆர்வம் மீண்டும் வர்றதுக்காகத்தான் இதையெல்லாம் செஞ் சோம்னு சொன்னா நீங்க நம்பப்போறதில்லை... பரவால்லை. என்னை என்ன வேணா சொல்லுங்க... கல்யாணத்தை மட்டும் நிறுத்திடாதீங்க. ப்ளீஸ்!'

'உன்னை மாதிரி... உன்னை மாதிரி விலைமாதர்களைக் கல்யாணம் செய்துக்க எனக்கு விருப்பமில்லை.'

'மூர்த்தி!'

'ஹாங் காங்கில என் பின்னாடியே வந்தா ஒரு நூறு டாலர் சைனாக்காரி... அவளுக்கும் உனக்கு வித்தியாசம் இல்லை...'

'மூர்த்தி ப்ளீஸ்... ரொம்ப என்னைக் கொடுமைப்படுத்தறீங்க... மனசைப் புண்படுத்தறீங்க.'

'மை காட்! நீங்க எல்லாரும் சேர்ந்துண்டு என்னை ஏதோ ஒரு விளையாட்டுப் பொருள்போல, ஏதோ ஒரு ஆராய்ச்சி சாலை மிருகம் போல ட்ரீட் பண்ணியிருக்கீங்க. என்னுடைய துக்கத் துக்கும் சோகத்துக்கும் மரியாதை தராம, எனக்குத் தேவைப்பட்ட ஆறுதலைத் தராம, அதுக்குப் பதில் கட்டுக்கதை, செக்ஸைப் போட்டு என்னைக் குழப்பி மிருகத்தனமான இச்சைகளுக்கு உட்படுத்தி... இப்ப என்ன, ப்ளாக்மெயில் பண்ணப்போறியா, என் குழந்தை உன் வயிற்றில் வளர்கிறதுன்னு...'

அவனை சுடுவதுபோல் அவள் பார்த்தாள். அப்போது வாசலில் அழைப்புமணி ஒலிக்க, அவள் போய்த் திறந்ததில் மணவாளன் உள்ளே உற்சாகப் பிரவாகமாக நுழைந்தார்.

'வெரி வெல் மணமகன்-மணமகள்! என்னது சாயங்கால வேளையிலேயே ரிகர்சலா...'

அவர்கள் இருவரும் மௌனமாக நிற்பதைப் பார்த்து, 'எனிதிங் ராங்?'

'மூர்த்திக்கு தெரிஞ்சு போச்சு!'

மணவாளன் சிரிப்பு உறைந்தது.

'மணவாளன்... நீங்க ஏன் இப்படிச் செஞ்சீங்கன்னு எனக்குத் தெரிஞ்சே ஆகணும்...'

‘எல்லாம் உன் நன்மைக்குத்தாம்ப்பா.’

ஆயாசத்துடன், ‘மறுபடி அந்த வார்த்தையை உபயோகிக்கா தீங்க... எனக்கு வர்ற ஆத்திரத்தில... என்ன சார் நன்மை? யார் நன்மை?’

‘உன் நன்மைதாம்ப்பா!’

‘புல்ஷிட்! உங்களுடைய நன்மை! சுப்ரியாவுடைய நன்மை. அதுக்குத்தானே வேலை செய்திருக்கீங்க! நான் உங்களுக்குத் தேவை. நான் இல்லாவிட்டால் இந்த முக்கியமான காண்ட்ராக்ட் படுத்துடும்! அதனால என்னை கம்பெனில தொடர்ந்து வேலை செய்ய வைக்கவேண்டியது உங்களுக்கு முக்கியம். என் மனைவியும் சின்னக் குழந்தையும் இறந்ததோ, என் வருத்தமோ உங்களுக்கு முக்கியம் அல்ல. காண்ட்ராக்ட் ஒண்ணுதான் முக்கியம். அதனால என்னைத் தக்கவைக்க என்னென்ன உத்தியெல்லாம் உண்டோ அதையெல்லாம் செய்வீங்க. எனக்கு எப்படியாவது ஒரு மறுகல்யாணம் பண்ணி வெச்சு, வாழ்க்கை யென்னும் மாயச் சகதியில மறுபடியும் உழண்டு, உடம் பெல்லாம் சேறு போல் காமம், பெண்ணாசை எல்லாத்தையும் பூசிக்கிட்டு, தினம் ஆபீஸ் போய்ட்டு, காண்ட்ராக்ட் எழுதிட்டு, வீட்டுக்கு வந்து விளக்கை அணைச்சுட்டுப் பெண் தேடறதுன்னு. இதைவிட வலுவான திரை இருக்க முடியாதுன்னுட்டுத்தானே இப்படியெல்லாம் நாடகம் அமைச்சீங்க மணவாளன்... நீங்க பெரிய ஆளு... எப்படியெல்லாம் உங்க மூளை வேலை செய்தி ருக்கு! இதுக்குன்னே ஒரு ஸ்கிரிப்ட் எழுதினீங்களா? யார் சார் எழுதிக் கொடுத்தாங்க? அதுக்கேத்தாப்பல ஒரு பொன்னான பெண்மணி விதவை வேஷமோ, வேசி வேஷமோ எதும் போடத் தயாரா ஒரு சுப்ரியா... சே!’

மணவாளன் இறுதியில், ‘ஆச்சா! சொல்லியாச்சா எல்லாம்?’ என்றார்.

மூர்த்தி கிளம்ப, ‘இரு மூர்த்தி... ரெண்டு மூணு விஷயம் எங்க தரப்பில நீ கேட்டே ஆகணும். முதல்ல நீ சொன்னது இந்த காண்ட்ராக்ட் எழுதறதுக்கு நீ ஒருத்தன்தான் விற்பன்னன்னே பாரு. தப்பு! எத்தனையோ கன்ஸல்டன்ட்ஸ் இருக்காங்க... ஒரு வாரத்தில ஏற்பாடு பண்ண முடியும். என்ன கொஞ்சம் டிலே ஆகும்... அவ்வளவுதான். அதனால நீ ஒருத்தன்தான் எல்லாம்ங் கற எண்ணத்தைக் கைவிடு... நீ இல்லேன்னா குடி முழுகிடாது.

உன்னைத் தூக்கி எறியவும் எனக்கு நேரமாகாது... இந்த ஈகோவைத் தகர்த்தப்புறம் மிச்சமிருக்கறதைப் பாரு. எப்ப வாவது யோசிச்சுப் பார்த்தியா, நான் உன்னுடைய சிநேகிதன்... உன்மேல் அக்கறை, பரிவு உள்ளவன்னு. உன் நன்மைக்காக சுப்ரியா போல அருமையான பெண்ணை உனக்குக் கல்யாணம் செய்துவைக்க எனக்கு ஏற்பட்ட விருப்பம் உண்மையிலேயே உன் மேல் இருக்கிற அக்கறையாலன்னு யோசிச்சுப் பார்த்தியா... அவளைப் போய் கன்னாபின்னான்னு பேசறியே - எத்தனை ரூபா எத்தனை பைசான்னு... மற்றொரு கோணம் இருக்குப்பா! அவளுக்கு உன்மேல் ஏற்பட்ட பச்சாதாபத்தினால், ஆசையால் அவள் அவ்வளவு நெருக்கத்தை அனுமதிச்சிருக்க லாம்னு யோசிச்சுப் பார்த்தியா-'

'அதை நேரடியாக சொல்லியிருக்கலாமே... எதுக்குச் சுத்தி வளைச்சு நாடகமாடணும்?'

'உன்னை யாரலயும் நேரடியா அணுக முடியலையேப்பா. அவ்வளவு துக்கத்தில இருந்தே, துக்கத்தைத் துக்கத்தின் மூலம்தான் அணுக முடிந்தது. வேற வழியே இல்லை. சுப்ரியா... நாம இதை எத்தனை தடவை பேசினோம்.'

'எல்லாரும் சேர்ந்து என் காதில பூ வெச்சீங்க!'

'சேச்சே! அப்படி இல்லையப்பா மூர்த்தி! இதை நீ ரெண்டு விதத்துல எடுத்துக்கலாம். உன் மன விருப்பத்தைப் பொறுத் தது... ஒண்ணு, இதெல்லாம் கடந்த காலத்தில நடந்ததுன்னு எடுத்துக்கலாம். இல்லை, உன்னை அடையவேண்டும் என்கிற நல்ல எண்ணத்துக்காகப் போட்ட வேஷம்னு எடுத்துக்கலாம். போதும்... இதைப் பத்தி நிறைய பேசியாச்சு! வா சாயங்காலம் பார்ட்டி இருக்கு தாஜ்ல... வீட்டுக்குப் போய் டிரஸ் பண்ணிட்டு பளிச்சுன்னு வந்துரு. போனது போகட்டும்... 'என்று அவன் முதுகில் ஆதரவாகத் தட்டி அவனைச் செலுத்திக்கொண்டு கார் வரை வந்தார்.

'மணவாளன், யு ஆர் அமேஸிங்! எப்படி இத்தனை சுலபமா மற்ற பேர் வாழ்க்கையை ஆக்கிரமித்து அதன்மேல ஆட்சி புரிய முடியறது உங்களால?'

'பெரிய பெரிய வார்த்தைகள் வேண்டாம். நீ பார்ட்டிக்கு வாயேன். நிறைய சுவாரஸ்யமான ஆட்களைக் கூப்பிட்டிருக்கேன்...'

‘பார்ட்டி எதுக்கு?’

‘உனக்குத்தான்!’

கார் கிளம்ப, பால்கனியிலிருந்து சுப்ரியா அவனை அசையாமல் பார்த்துக் கொண்டிருந்தாள்.

வீட்டுக்கு வந்தபோது சரோ அக்கா, ‘அங்க போகலையா?’ என்றாள்.

‘எங்க?’

‘அந்த வீட்டுக்கு...’

‘இல்லை...’

‘கல்யாணம் நாளைக்குத்தானே?’

‘ஆமாம்...’

‘எத்தனை மணிக்கு?’

‘கேட்டுச்சொல்றேன்...’

‘ஏன் என்னமோ போல இருக்கே?’

‘அப்படியா?’

‘கல்யாணி ஞாபகம் வந்துடுத்தா...’

மௌனமாக இருக்க, ‘என்ன பண்றது... போறவ போய்ட்டா. இருக்கறவா எப்படியாவது சமாளிச்சுத்தான் ஆகணும். சிவசுப்புவோட முதல் பெண்டாட்டி போன வருஷம் செத்துப் போயிட்டா. இந்த வருஷம் மறுகல்யாணம் பண்ணிண்டுட்டான். உண்டாயிருக்கா! நாப்பது வயசு அவனுக்கு...’

‘இப்ப என்ன சொல்றே?’

‘கல்யாணியையும் ஆண்டாளையும் நினைச்சுண்டு மருகிமருகிப் போறது நியாயமில்லைன்னு...’

‘அவ்வளவுதானே... ஆளை விடு...’

‘ராத்திரி சாப்பாடு இங்கதானே!’

'இல்லை வெளியில!'

தன் அறைக்குள் சென்று ஆடைகளைக் கழற்றி பனியன் அண்டர் வேரில் படுக்கையில் உட்கார்ந்தான். மேஜையின் இழுப்பறை களைத் திறந்தான். கல்யாணியின் புடைவைகளையும் ஆண்டா ளின் சின்ன உடைகளையும் தேடிப்போர்த்தான். தொட்டுப் பார்த்தான். ஸ்டூல் போட்டு ஏறி பீரோவின் மேலதட்டிலிருந்த தன் கல்யாண போட்டோ ஆல்பத்தை எடுத்துப் பார்த்தான். மாப்பிள்ளை அழைப்பு... பதவிசாக அவனருகில் உட்கார்ந்திருந் தாள். அதன்பின் ஊஞ்சல், காசியாத்திரை, மாமனார் மடியில் உட்கார்ந்திருத்தவளின் நெற்றி வகிடு, தாலி கட்டுவது... பாலிகை கொட்டுவது...

'ரொம்ப மோசம் நீங்க... உள்ளங்கையை வெறும்ன பிடிச்சுக்க வேண்டியதுதானே... எதுக்கு நகத்தால நிரடணும்!'

ஆண்டாள் கைக்குழந்தையாக, காது குத்தும்போது மொட்டை யடிப்பதற்கு முன், மொட்டையடித்தபின், கைவண்டி ஆண்டாள், மூணு சக்கர சைக்கிள் ஆண்டாள், பட்டுப்பாவாடை ஆண்டாள்... டிராயரில் மேலும் நிரடித் தேடி கல்யாணிக்குக் கட்டிய தாலிச் சங்கிலியை எடுத்துத் தொட்டுப் பார்த்துக் கொண்டான். அதைத் தன் கழுத்தில் மாட்டிக்கொண்டான். கண்ணாடியில் பார்த்துக் கொண்டான். வலுவான தங்கச்சரடு. அவள் வீட்டில், இவன் வீட்டில் கொடுத்த இரண்டு திருமாங்கல்யம். அவை மட்டும் வெள்ளித்தண்டால் கோத்து துணைக்கு இரண்டு தங்க உருளைகளுடன்.

'கல்யாணி... உனக்கு பதில் மற்றவளா? உன்னை நான் சந்திக்க வேண்டும். சந்தித்து நீ அனுமதி தந்தால்தான் நான் மறுகல் யாணம் செய்து கொள்வேன். உன்னை எப்படி எங்கே சந்திப்பது? யாரோ சொன்னார்களே... அகால மரணமடைந்தவர்கள் ஆவி யாக இருப்பார்கள்... அவர்களை அழைக்கமுடியும் என்று. அப்படி இயக்கமெல்லாம் இருக்கிறதாமே, மணவாளனைக் கேட்டால் தெரியும். வேண்டாம், வேண்டாம். மணவாளன் பொய் ஆவியைக் கூட்டி வந்துவிடுவார். எப்படி, யாரிடம் அறிந்து கொள்வது?'

'டெலிபோனை எடுத்து, 'வினோத்... மூர்த்தி பேசறேன்...'

'என்ன நான் சொன்னது சரிதானே மூர்த்தி?'

நிறமற்ற வானவில் 191

'ஆமாம்...'

'எல்லாரும் ஃப்ராடு. பேசாம அந்த குணாவைக் கல்யாணம் செய்துக்கோ! நல்லா டீ போடறா!'

'வினோத்! எனக்கு ஒரு தகவல் வேணும்...'

'என்ன?'

'ஸ்பிரிட்ஸ் ஆவிங்களோட பேசறவங்க சங்கம் ஒண்ணு இருக்காமே? எங்கயோ படிச்ச ஞாபகம்!'

'எதுக்கு?'

'எனக்கு கல்யாணியோட பேசணும்...'

'இந்த அபத்தங்களையெல்லாம் நீ நம்பறியா?'

'ஆமாம். அவ இருக்கா. என்னோட பேசக் காத்துண்டிருக்கா...'

'மூர்த்தி... யு ஆர் க்ரேஸி!'

'நான் உன்னைக் கேட்டது என்ன?'

'பாருப்பா. எனக்கு இந்த ஆவி காவி சமாசாரம் எல்லாம் அலர்ஜி. கொஞ்சம்கூட நம்பிக்கை கிடையாது. வேணும்னா ஒரு நாள் பொறுத்துக்க... விசாரிச்சு எந்த இடம்னு தகவல் சொல்றேன்... எல்லாமே ஏமாத்து வேலை. எப்பவோ ஒருமுறை நான் பத்திரிகை நிருபரா இருந்தபோது போய் உக்காந்திருக்கேன். ஆவி வரலை. தூக்கம்தான் வந்தது...'

'எனக்கு அட்ரஸ் வாங்கித் தர்றியா! நம்பிக்கையோட அணுகினா எதுவுமே சாதியம்ப்பா!'

'சரி, வெச்சிரு!'

வினோத்தின் குரலில் ஓர் அவசரம் இருந்தது. அவன் நம்ப வில்லை. ஆனால், மூர்த்தி மனசுக்குள் பூரணமாக நம்பினான். 'இப்போது கல்யாணி என்னுடன் தொடர்பு கொள்ளக் காத்திருக்கிறாள். மிகச் சுலபம்... அது... ஒரே ஒரு செயல்தான் பாக்கி... ஒரே ஒரு செயல்தான்...'

டெலிபோன் அடிக்க 'மூர்த்தி... மணவாளன் பேசறேன். எல்லாம் ரெடியா?'

'இன்னும் பதினஞ்சு நிமிஷத்தில்...'

'எல்லாரும் வந்தாச்சு. சீக்கிரம் புறப்படு. கார் அனுப்பட்டுமா?'

'வேண்டாம்...'

ஒரே ஒரு செயல்தான் பாக்கி! கழுத்தில் தாலியைக் கழற்றாமல் அதற்குமேல் சட்டை போட்டுக்கொண்டான். ஏதோ தலை வாரல், ஏதோ பாண்ட், ஏதோ செருப்பு என்று அணிந்துகொண்டு புறப்பட்டான். கையிலிருந்த கடிகாரத்தைக் கழற்றி வைத்தான். தலையைக் கலைத்து வகிடு மாற்றி வாரிக்கொண்டு, வாசலுக்கு வந்தபோது டிரைவரிடம், 'நேரா சென்ட்ரல் ஸ்டேஷன் போப்பா' என்றான்.

அத்தியாயம் இருபத்தைந்து

கிருஷ்ணமூர்த்தியை டிரைவர் முழுசாகத் திரும்பிப் பார்த்து 'ஐயா... சென்ட்ரல் ஸ்டேஷனுக்கா...?' என்றான்.

'ஆமாம்பா... ஏன்?'

'மணவாளன் ஐயா நேரா பார்ட்டிக்கு இட்டாரச் சொன்னாருங்க... அவங்க எல்லாரும் காத்திருக்கிறதா... '

'ஏன்யா, டிரைவர்... நீதானே அன்னிக்கு காஞ்சிபுரத்திலிருந்து என்னைக் கூட்டிக்கிட்டு வந்தே?'

'அது... அது... நான் இல்லைங்க!'

'ஏன்யா பொய் சொல்ற... அந்தம்மாவை பஸ் ஸ்டாண்டில பார்க்கறாப்பல... எதுக்குய்யா வண்டியை பஸ் ஸ்டாண்டுக்குக் கொண்டுபோனே...?'

'அது வந்து... மணவாளன் ஐயா...'

'உன்னைச் சொல்லிக் குற்றமில்லை. மணவாளன்ற ஒரு மகா பொய்யன்தானே சூத்ரதாரி. நீங்கள்லாம் பொம்மைங்கதானே!'

'அதாங்க!'

'சரி, பார்ட்டிக்குப்போ... உங்கய்யாகூட நான் பேசணும்.'

பார்க் ஷெராட்டனில் ஏற்பாடாகியிருந்தது பார்ட்டி. சுப்ரியா பளபளப்பாக உடை உடுத்தி மணவாளன் அருகே நிற்க, இவன் வந்ததும், 'ஏன், இவ்வளவு லேட்டு?' என்றார் மணவாளன். டின்னர்

ஜாக்கெட் அணிந்து கையில் தங்க திரவம் வைத்திருந்து, 'வெல்கம் வெல்கம்... என்ன மூர்த்தி டீஸண்டா ஸூட் போட்டுக்கக்கூடாதா... இன்னிக்குக் கூடவா இப்படி?'

மணவாளனை நோக்கி கிருஷ்ணமூர்த்தி மையமாகச் சிரிக்க, யார் யாரோ வாழ்த்துகள் சொல்ல, சுப்ரியா பகட்டான உடையில் வேறு மாதிரி இருந்தாள்.

'ஜான் டெலக்ஸ் அனுப்பிச்சிருக்கான்... படிச்சுப் பாரு...'

மேற்கத்திய வாத்தியங்கள் இரைச்சலாகச் சங்கீதம் பண்ண... வந்திருந்தவர்கள் இஷ்டத்துக்கு ஆட... சுப்ரியா சற்றே கவலையுடன் மூர்த்தியையே பார்த்துக் கொண்டிருந்தாள்.

'சென்ட்ரல் ஸ்டேஷன் எதுக்குப் போகணும்னீங்க?'

'அதுக்குள்ள தலைமைச் செயலகத்துக்குத் தகவல் வந்தாச்சா? சபாஷ்!'

'சொல்லுங்க மூர்த்தி...'

'எனக்குத் தெரிஞ்சவா ரயில்ல வரான்னு செய்தி வந்தது.'

'யாரு?'

'கல்யாணியும் ஆண்டாளும்!'

'கமான் மூர்த்தி!'

'ஆமாம்... நிச்சயம் தகவல் வந்தது. அவங்க என்னை அழைக்கிறாங்க!'

'கொஞ்சம் சீரியஸா பேசுங்க மூர்த்தி...' அதற்குள் மணவாளன் வந்து, 'சுப்ரியா... இவர் கூடத்தான் ஆயுசு பூரா பேசப் போறியே... இன்னிக்கு மத்தவங்ககூடப் பேசு. ரமேஷ், திஸ் இஸ் சுப்ரியா!'

'ஹாய்!'

கூட்டத்தில் விளிம்புக்கு அவள் அழைத்துச்செல்லப்பட... அங்கிருந்தும் கவலையுடன் கிருஷ்ணமூர்த்தியைப் பார்த்துக் கொண்டிருந்தாள். இங்கிருந்து இரட்டை விரலால் டாட்டா காட்டினான். யாரோ அவன் கையில் கோப்பை வைத்து நிரப்பினார்கள். யாரோ ஒரு பெண் அவனிடம் 'நம் பிரபஞ்சத்துடைய

நிறமற்ற வானவில் 195

வயசு என்ன தெரியுமா? பத்து பில்லியனிலிருந்து இருபது பில்லியன் வருஷம்...' என்றாள்.

'நைஸ்'

'என் வயசு என்ன தெரியுமா?'

'தெரியாது. ஆனா, நீ குடிச்சிருக்கே, அது தெரியறது.'

'கொஞ்சம் ஆல்கஹால் எடுத்துக்கிட்டாக்கூட என் மாரு படக் படக்குன்னு புறாபோல அடிச்சுக்குது... தொட்டுப்பாருங்க!'

'நேராப் போனீன்னா மணவாளன்னு இருக்காரு... அவரு இந்த மாதிரி தொட்டுப் பார்க்கறதில் எல்லாம் ஸ்பெஷலிஸ்ட்.'

மெள்ள நழுவி இரைச்சலிருந்து விடுபட்டு வெளியே வந்து லாபி டெஸ்க்கில் ஒரு வெள்ளைத்தாள் கேட்டான். பேனா கேட்டான். உள்ளே திடும் திடும் சங்கீதத்தின் பின்னணியில் நிதானமாக எழுத ஆரம்பித்தான்.

அன்புள்ள மணவாளன்,

இந்தக் கடிதத்தின் மூலம் நான் என் வேலையை ராஜினாமா செய்கிறேன். எனக்குச் சேர வேண்டிய சம்பள பாக்கியை உங்களைச் சூழ்ந்த பொய் சைனியத்தில் யாராவது ஒருவர் உண்மை பேசுகிறவர் இருந்தால் அவருக்குக் கொடுக்கவும். யாரும் இருக்க மாட்டார்கள். அதனால் அந்தப் பணத்தை மயிலாப்பூர் சாஸ்திரி ஹாலுக்கோ அல்லது ஈழத்தமிழர்கள் நல்வாழ்வுக்கோ தந்துவிடவும். இப்போது நான் பார்ட்டியை விட்டு விலக முக்கியக் காரணம் - சென்ட்ரல் ரயில் நிலையத்தில் முக்கியமான ஒரு காரியம் காத்திருக்கிறது. அங்கே கல்யாணியும் ஆண்டாளும் வருகிறார்கள். வண்டி லேட்டாக வராது. அதனால் நான் அங்கே இருக்கவேண்டிய கட்டாயம். சுப்ரியாவிடம் சொல்லவும், அவளுடைய சிநேகம் மனத்துக்கும் உடலுக்கும் இனிமையாக இருந்தது. அவளுக்கு வேறு கல்யாணத்துக்கு ஏற்பாடு செய்துவிடவும்.

மறவாமல்,
மூர்த்தி.

கடிதத்தை மடித்து ஷெராட்டன் உறையிலிட்டு மேல் விலாசத்தில் 'மணவாளன்' என்று எழுதி டெஸ்க்கில் இருந்தவரிடம்,

'இதை பார்ட்டி முடிஞ்சதும் மணவாளன்கிறவர் கிட்ட கொடுத்துருங்க' என்றான்.

மௌனமாக எஜமானர்களுக்காகக் காத்திருந்த கார்கள் ஊடே நடந்தான். சாலையில் போக்குவரத்து குறைந்திருந்தது. ஆட்டோவைக் கூப்பிட்டு, 'சென்ட்ரல் போப்பா' என்றான். சென்ட்ரல் ரயில் நிலையத்தின் வாசலில் இறங்கும்போது சட்டைப் பையைப் பார்த்தான். பணம் போதவில்லை. கிருஷ்ண மூர்த்திக்கு எந்தவிதப் பதற்றமும் ஏற்படவில்லை.

'ஐயா, ஆட்டோக்காரரே... என்கிட்ட பணம் அதிகம் இல்லை... மறந்துபோய்ட்டேன்.'

'என்னய்யா ராவேளையில் இப்படி ஒரு கிராக்கி... எவ்ளவ் இருக்குது?'

'அஞ்சு ரூபா.'

'எந்த ஊரு நீ?'

'இந்த ஊருதான்!'

'இப்ப எங்க போறே? வீட்டாண்டை போனா மீட்டர் போட்டுக் குடுப்பியா!'

'இங்க ரெண்டு பேரைச் சந்திக்கணும். ட்ரெயின் வந்துரும்?'

'சரியான கிராக்கியா! ஏதாவது வழி சொல்லு?'

'இந்தாங்க வாட்சு, மோதரம்! '

'ஐயோ... நான் என்ன மார்வாடி கடையா வெச்சிருக்கேன்... யோவ் ஒண்ணு பண்ணு... உள்ள போயிட்டு ப்ளாட்பாரத்தில் உங்காளுங்களைப் பார்த்துட்டு திரும்ப வர்றியா? காத்திருக்கேன்... பார்த்தா ஏமாத்தமாட்ட போல இருக்கு!'

'வரமாட்டேன். அப்படியே ரயில்ல போயிர்றேன்!'

'என்னய்யா உங்கூட பேஜாரா போச்சு...'

'மோதரம் தங்கம்! கல்யாணத்துக்கு வாங்கினது! இல்லை தாலி இருக்குது!'

'வேண்டாம்யா. துட்டு குடு. ஒண்ணு செய்யி... உன் விலாசம் கொடு...'

‘கார்டு இருக்கு’ என்று விசிட்டிங் கார்டைக் கொடுத்தான்.

‘எங்க பையெல்லாம் காமி!’

அவன் சட்டைப் பை, பாண்ட் பை எல்லாம் உதறினன். ‘அஞ்சு ரூபாதான் இருக்கு.’

போலீஸ்காரர் வந்துவிட, அவர் விசாரித்து ‘சார்! மரியாதைப் பட்டவர்தான். ஏமாத்தமாட்டாரு. என்னவோ மறந்துட்டாரு.’

‘வாட்ச் எல்லாம் குடுக்கறாரு...’

‘வாங்காத.’

‘சார், என் தம்பி ஒருத்தன் வேலை இல்லாமத்தான் இருக்கான்... அவனுக்கு வேலை வாங்கித் தருவியா?’

‘இல்லைப்பா... நான் ஊருக்குப் போறேன்.’

‘இருக்கறதைக் குடுய்யா சாவுகிராக்கி!’

கடைசி ஐந்து ரூபாய்! அதைத் துறந்துவிட்டு மெள்ள ரயில் நிலையத்துக்குள் நுழைந்தான். நூற்றுக்கணக்கானவர்கள் அண்ணாந்து பார்த்துக்கொண்டிருந்த பிளாட்பாரம் முகப்புக்கு வந்தான். மிக நீண்ட பிளாட்பாரத்தில் நிதானமாக நடந்தான். இடிப்பதையும் தடுப்பதையும் பொருட்படுத்தாமல், இரைச்சலும் விளக்குகளும் விடை பெறுதல்களும் கண்ணீரும் உற்சாகமும் இளமையும் முதுமையும்... எதுவும் மதியாமல் பொம்மை மனிதன் போல கடைசி வரை நடந்தான். பெட்டிகள் முடிந்து பிளாட்பாரம் சரிந்து சரளைக் கற்களும் மர ஸ்லீப்பர்களும் தண்டவாளப் பின்னல்களும் கம்பிவேலி இடைவெளிகளும் விரவிய பிரதேசத்தில் மஞ்சளாய் நின்றான். யோசித்தான்.

இங்கேதான் வருவாதாகச் சொல்லியிருக்கிறார்கள் கல்யாணியும் ஆண்டாளும். அதோ எதிரே தண்டவாளம். மேம்பால இருட்டில் செருகிக் கொள்கிறதே... அங்கிருந்துதான் வருவதாகச் சொல்லியிருக்கிறார்கள்.

‘கல்யாணி! வந்துட்டேன் பாரு, கரெக்ட் டயத்துக்கு. ஆட்டோக் காரன் கொஞ்சம் லேட் பண்ணிட்டான். கையில அஞ்சு ரூபாதான் இருந்தது. அதும் அகஸ்மாத்தா. இல்லைன்னா கஷ்டப்பட்டிருப் பேன். கல்யாணி, தாலி கொண்டு வந்திருக்கேன், உன்னை மறுபடி கல்யாணம் பண்ணிக்க. எங்கே குழந்தை? அவளுக்கு ஸ்கூல்

அட்மிஷனுக்கு எல்லா ஏற்பாடும் பண்ணியாச்சு. ரிமைண்டர்கூட வந்தாச்சு. யூனிபாரம் வந்தாச்சு. கல்யாணி! நீ வீடியோ பார்த்தியோ? அச்சா விழுந்திருக்கீங்க நீங்க ரெண்டுபேரும். அதும் ஆண்டாள். ஆண்டாள் வேஷம் போட்டுண்டு எத்தனை ஸ்மார்ட்டா இருக்கு தெரியுமா? அங்கல்லாம் வீடியோ உண்டா கல்யாணி? கோத்தாரி மாமா எப்படி இருக்கார்? வா, கல்யாணி... வந்துரு... உனக்காகத்தான் காத்திருக்கேன்... வா!'

எதிரே பார்த்து, அந்த அரைவட்ட இருளையே பார்த்துக் கொண்டிருந்தான். 'பார்த்து வா... ரொம்ப தண்டவாளமா இருக்கு. மெள்ள வா! கல்யாணி, நல்லவேளை... உனக்கு துரோகம் பண்ண இருந்தேன். நீ உயிரோட இருக்கறது தெரியாம இன்னொரு கல்யாணம் செய்துக்க இருந்தேன். வலை போட்டு வீசிப் பிடிச்சா. உலகமே சதி செஞ்சது. கல்யாணம், உத்தியோம், கான்ட்ராக்ட்டு, சம்பளம், அதுஇதுன்னு லேயர் லேயரா என்மேல படர வெச்சு அதிலிருந்து தப்பிக்க முடியாத வலையைப் போட்டு என்னை வீழ்த்திட்டா. அதிலிருந்து விடுதலை கிடைக்கற துக்குள்ள எம்பாடு உம்பாடுன்னு ஆயிடுத்து. பெரிய டிராமா ஆடிட்டா. என்ன கல்யாணி... ஏன் லேட்டு?'

கடிகாரத்தைப் பார்த்துக்கொண்டான். தூரத்தே சிவப்பு பச்சை அம்பர் பொட்டுகள் தெரிந்தன. மஹா உயர ஸோடியம் விளக்குகள் தண்டவாளங்களை ஆரஞ்சு ஒலியில் நனைத்தன. எல்லாமே பளபளப்பாக மின்னல் சுத்தமாக இருந்தன. மேம் பாலத்தில் வாகனங்கள் வேகவேகமாகக் கடக்க... கிருஷ்ண மூர்த்தி அந்த இருள் பொந்தையே எதிர்பார்த்துக் காத்திருந்தான்.

மெள்ள மெள்ள கல்யாணி அசைந்து அசைந்து கப்பல் போல வந்தாள். தன் நெற்றியில் வெள்ளைப் பொட்டு இட்டிருந்தாள். கண்கள் இரண்டும் ஒளிர்ந்தன.

'கல்யாணி வந்தியா... அப்பாடா!' கிருஷ்ணமூர்த்தி அவளை நோக்கி நடக்க ஆரம்பித்தான். கல்யாணி மெள்ள மெள்ளப் பெரிதாக ஆரம்பித்தாள். அவள் நெற்றிப் பொட்டின் வெளிச்சம் அவன் கண்களைத் தாக்கியது. அந்த அதீத சங்கமத்துக்குத் தயாராகி கிருஷ்ணமூர்த்தி தண்டவாளங்களுக்கு மத்தியில் நடந்து சென்று நின்றான். கல்யாணி அவனை அணுகினாள்.

'வா கல்யாணி...'

அத்தியாயம் இருபத்தாறு

கிருஷ்ணமூர்த்தியின் மனக்குழப்பத்தில், சஞ்சலத்தில், ஏறத்தாழ பித்துப் பிடித்ததற்கு அருகாமை நிலையில், அவனை நோக்கி வருவது - நெற்றியில் பொட்டிட்ட கல்யாணி அல்ல; டீசல் இன்ஜின் என்பது தெரியவில்லை.

'கல்யாணி வா... நாம ரெண்டுபேரும் மறுபடி சேரலாம்... வா. சீக்கிரம் வா. ஆண்டாள் எங்கே?'

மலைப்பாம்புத்தனத்துடன் இன்ஜின் இவனை அணுகி பாயிண்ட்டில் சட்டென்று தலை திருப்பி, அடுத்த பாதைக்கு நெளித்து, அவனைக் கடந்து செல்ல... ஒளிக்கீற்றுகள் ஜன்னலுக்கு ஜன்னல், பெட்டிக்குப் பெட்டி அவனை வெளிச்சம் போட்டு விட்டுக்கடக்க, ரயில்வே பாதுகாப்பு அதிகாரி அவனைக் கவனித்து ஓடிவந்தார்.

'யோவ், யாருய்யா அது சாவுகிராக்கி' என்று அவன் தோள் மேல் கை வைத்து அழுத்திப் பிடித்து, 'ஓடு, ஓடு... என்ன காரியம் பண்ண இருந்தே... இந்நேரம் பத்து அடி முன்னால போயிருந்தே, ரயில்ல மாட்டிக்கிட்டுப் பச்சடி ஆயிருப்பே... என்ன கஷ்ட காலமிருந்தாலும் ரயில்ல விழாதே... அதோ வால்டாக்ஸ் ரோடு இருக்குது பாரு... அங்கே போயி பஸ்ல விழு. ரயில்வே ப்ராப்பர்ட்டிக்கு வராத' என்று அவனை மூர்க்கத்தனமாகத் தள்ளி, வேலிக்கு இடைவெளியில் செலுத்தித் திணித்ததில் நடைபாதைக்கு வந்துவிட்டான்.

பிரமிப்பில் நடந்தான். மண்டைக்குள் பற்பல ஓலங்கள் கேட்டன. ஆண்டாளின் குரல்,

கல்யாணியின் குரல், மணவாளனின் சிரிப்பு, சுப்ரியாவின் முணுமுணுப்பு, ரயில் ஓலம், போக்குவரத்து உறுமல்கள் எல்லாம் தனித்தனி தொனிகளாகக் கேட்டன. நடந்துகொண்டே இருந்தான். வேலியின் பட்டைக் கம்பிகளில் விரல் வைத்து சத்தம் எழுப்பினான். பசித்தது, தாகம் எடுத்தது. ஆர்.பி.எஃப் ஆசாமி உந்தித் தள்ளியதில் ஒரு கால் செருப்பை இழந்திருந்தான். மறுபடி ஒரு சந்து கிடைக்க, மீண்டும் ரயில்லே பகுதியில் நுழைந்தான். ஏதோ ஒரு பெட்டித்தொடர் எக்ஸ்பிரஸாக ஓடிய களைப்பில் இளைப்பாறிக்கொண்டிருந்தது. காலி பெட்டி ஒன்றில் ஏறிக்கொண்டான். ஒரு த்ரீ டயர் அடுக்கில் படுத்துக்கொண்டான். இருட்டு இத்தனை நிகழ்ச்சிகளின் களைப்பு அவனை ஆட்கொண்டது. தூங்கிப்போனான்.

‘வரேன்னு சொல்லிட்டு இப்படி ஏமாத்திட்டீங்களே?’

‘வரேன் கல்யாணி... எங்க வரணும் சொல்லு?’

‘இங்கதான்...’

‘இங்கதான்னா எங்கம்மா?’

‘அப்... பா!’

‘அட, நீயும் இங்க இருக்கியா?’

‘நா... ஸ்கூல் போறேனே...’

‘நானும் வரேனே...’

‘வா!’

‘வந்துருங்க!’

வண்டி குலுங்கி, மூர்த்தி திடுக்கிட்டு விழித்தான். வண்டி மெள்ள நகர்ந்து கொண்டிருந்தது. அவனைப் பீதி ஆட்கொள்ள, கதவைத் திறந்து குதிக்க எண்ணினான், பயமாக இருந்தது. விழுந்தால் என்ன... குதி!

இல்லை... வண்டி எங்கேதான் போகிறது பார்ப்போமே. இனிமேல் எங்கே போனால் என்ன... எங்கே ஒழிந்தால் என்ன?

தனியான பெட்டியில் ஷண்ட் அடிக்கிறார்கள் போலும்... சோனி இன்ஜின் ஒன்று தள்ளித் தள்ளி விளையாடிக்கொண்டிருந்தது.

இருள் முடித்து வானில் விளிம்பில் காலை புலர்ந்திருந்தது. மறுபடி படுத்துக் கொள்ள, மல்லாந்த வாக்கில் அவன் கண்ணீர் காதோரத்தை நனைத்தது.

'கல்யாணி, எனக்குத் தைரியமில்லை... அதுதான் உண்மை. இல்லாட்டா எப்பவோ உன்னோட வந்து சேர்ந்திருக்க வேண்டியவன். இன்னும் உயிராசை ஒட்டிண்டு இருக்கு கல்யாணி! அது எப்ப படக்குன்னு விலகும்னு புரியலை கல்யாணி! ஏன் இப்படிப் பசை போட்டு ஜீவனை உலகத்தோட ஒட்ட வெச்சுண்டு மீள முடியாம திணர்றேன் கல்யாணி?'

'அப்பா!'

'என்ன கண்ணு?'

'எங்க அப்பா எங்கே?'

இது என்ன புதுக் குரலாக இருக்கிறது?

அந்தக் குரல் பெஞ்சுக்கு அடியில் இருந்து வந்தது. எட்டிப் பார்த்தான். அழுக்கான குழந்தை படுத்திருந்தது. கறுப்பாக, கிழிந்த சட்டையும் ரயில் குப்பையும் உலர்ந்த உதடுகளுமாக.

திடுக்கிட்டு எழுந்து அதை வெளியில் இழுத்தான்.

'எங்கப்பாரு ரயில்லதான் வர்றாங்க!'

'நீ யாரு?'

'அப்பா...'

'உன் பேரு என்ன?'

'பன்னு தருவியா?'

'தரேன். பேர் சொல்லு?'

'ராணி...'

'உங்கப்பா பேரு?'

'அப்பாதான்...'

'இங்க இருக்காங்களா உங்க அப்பா அம்மா?'

'இல்லை...'

'வீடு எங்கே?'

'அங்க!'

'அங்கன்னா எங்கே?'

தலையைச் சொறிந்து கொண்டு 'காசு தரியா?' என்றது.

'தரேன்! உங்கப்பாகிட்ட கொண்டுவிடறேன், வா!' எழுந்தான்.

அந்தப் பெண் காலில் வளையம் மாட்டியிருந்தது. மூன்று அல்லது நான்கு வயதிருக்கும். அலுமினியத்தில் ஒரு தம்ளர் வைத்திருந்தது. 'இங்கதான் இருன்னு சொன்னாங்க!'

'எங்கூட வா...'

பெட்டியிலிருந்து இறங்கினான். அந்தக் குழந்தையையும் இறக்கினான். தக்கையாக இருந்தது. ஒருமுறை இருமியது. மார்புக்குள் கபம் ஒலித்தது. மூக்கு நுனியில் சளி தொங்கியது. மெள்ள அதைச் சாலையோரமாக நடத்திப் பூக்கடை போலீஸ் நிலையத்துக்கு வந்தான். வழியில் அவனையும் அந்தக் குழந்தையையும் பொருத்தம் இல்லாமல் பலபேர் திரும்பிப் பார்த்தார்கள்.

'யாருங்க...'

'இந்தக் குழந்தையை ரயில் பெட்டில விட்டுட்டுப் போயிட் டாங்க போலிருக்கு... ஒப்படைக்கணும்...'

கான்ஸ்டபிள் அதை நிமிர்ந்து பார்த்துவிட்டு 'சரி, விட்டுட்டுப் போங்க...'

'எம்பேரு மூர்த்தி...'

'சரி. விட்டுட்டுப் போங்க. பாப்பா அப்படி உட்காரு...'

'இந்தப் பெண்ணை என்ன செய்வீங்க...'

'நீங்க வுட்டுட்டுப் போங்கன்னேன்ல. நாங்க பாத்துக்குவம் கவலைப்படாதீங்க.'

தீர்மானமின்றி அவளை பெஞ்சில் உட்கார்த்திவிட்டுப் புறப்பட் டான். வாகனங்களைக் கடந்து எதிர்ச்சாரிக்கு வந்தவன், திரும்பிப் பார்த்தான். போலீஸ் நிலையத்தில் பலபேர் வந்து

போய்க்கொண்டிருக்க, சற்று தூரம் நடந்தபின் பாண்ட்டை யாரோ இழுப்பதை உணர்ந்து திரும்பிப் பார்த்தான்.

அந்தப்பெண்!

'ஏய்! எங்க வந்துட்டே...?'

'உங்ககூடத்தான்.'

போலீஸ் நிலையத்தில் இவள் புறப்பட்டு வந்துவிட்டது எந்தப் பரபரப்பையும் ஏற்படுத்தியதாகத் தெரியவில்லை. அந்தப் பெண்ணை முழுசாகப் பார்த்தான். கம்பளி நூல் பின்னலைத் தவிர தலைமுழுவதும் பரட்டை, சட்டைப் பையில் பெரிய கிழிசல். ஒரு இன்ச் அளவு அழுக்கு.

'வா!'

திரும்ப அந்தப் பெண்ணை இழுத்துக்கொண்டு சாலையைக் கடந்து போலீஸ் நிலையத்துக்கு வந்தான். 'என்னங்க...?'

'ஏங்க இப்படி அலட்சியமா இருக்கீங்க? இந்தப் பொண்ணு எம் பின்னாடியே மறுபடி வருது. நாய்க்குட்டி மாதிரி...'

'ஏய் ராணி... உக்காருன்னேன்ல! பெரிய ரோதனைங்க இதுங்கூட! ஒரு இடத்தில நிக்காது...'

'இந்தக் குழந்தையை உங்களுக்குத் தெரியுமா?'

'இந்த ஏரியாவில எல்லாருக்கும் தெரியும். எதுத்தாப்பல நாயர் கடை, பிள்ளையார் கோயில் எல்லா இடத்திலயும் திரியும்!' ஹெட்கான்ஸ்டபிள் அவளை அழைத்து 'ஓரத்தில் உக்காரு... பன்னு துன்னியா...'

'இதும் அப்பா அம்மா...'

'ராணி, உங்கப்பா எங்க போயிருக்கு?'

'ரயில்ல.'

'அம்மா?'

'செச் போயிட்டாங்க' என்றது கண்களை அகலமாக விரித்து.

'உண்மை இதாங்க. போன மாதம் ஒரு நாள் இதைப் பார்த்தோம். ரயில் பெட்டியில அழுதுட்டு இருந்தது. ஊர் பேரு தெரியலை.

அப்பா பேர் தெரியலை. வர்றேன்னு சொல்லிட்டு உக்காத்தி வெச்சுட்டுப் போய்ட்டான்போல அப்பன்காரன். பேமானிப் பய வரவே இல்லை. இன்ஸ்பெக்டர், 'பால சிஷு விகார்'னு நுங்கம்பாக்கத்தில இருக்குதே... அங்க கொண்டு விடலாம்னு ஏற்பாடு பண்ணிக்கிட்டு இருக்காரு. இங்க ரொம்ப பிசியா இருக்குதா, நேரம் கெடைக்கலை. வுட்டுட்டுப் போங்க... பாத்துக்குவம். காசு குடுக்காதீங்க. வெச்சுக்கத் தெரியாது. ஏதாவது துன்றியா ராணி.'

'ஊஹூம்...'

'ஐயா கூடப்போ! ஓட்டல்ல வாங்கிக் கொடுப்பாரு.'

'வா!'

மூர்த்தி அதை அழைத்துக்கொண்டு நடந்தான். 'என்ன வேணும் உனக்கு?'

'இட்டிலி!'

'அப்புறம்!'

எதிரே இருந்த பவனில் நுழைந்து நாற்காலியில் உட்கார, பெரிய மனுஷிபோல இரண்டு கைகளையும் மேஜைமேல் வைத்துக் கொண்டு மைசூர் பாகைக் காட்டி 'அதும் வேணும்' என்றது.

உண்மையான பசியுடன் சாப்பிட்ட அந்தக் குழந்தையைக் கவனித்தான். கன்னத்தில் கண்ணீர் உலர்ந்திருந்தது. மூக்கை உறிஞ்சிக்கொண்டு இருந்தது. பிடுங்கிக்கொண்டு விடுவார்களோ என்ற பயத்துடன் தட்டைத் தன் அருகில் இழுத்துக்கொண்டு, கரிய விழிகளால் சுற்றுப்புறத்தை அடிக்கடி நம்பிக்கையின்றிப் பார்த்துக்கொண்டு, இந்தியாவின் அனைத்துத் திட்டக் காகிதங்களும் புறக்கணித்துவிட்ட ஒரு பிஞ்சு, கடவுள் துணுக்கு. என்ன பாவம் செய்து யாருக்கு ஜனித்தது? என்ன தப்பு செய்து வீதியில் வீசப்பட்டது? ஒருமுறை அவனை நிமிர்ந்து பார்த்து,

'நீ தின்னலியா...'

'இல்லை!'

'பசி இல்லையா?'

'இல்லை!'

சாப்பிட்டு முடித்ததும் மேஜைக்கு பில் வந்தது. மூர்த்தி அதிர்ந்தான். இருந்த ஐந்து ரூபாயையும் ஆட்டோவுக்குக் கொடுத்தது நினைவுக்கு வந்தது.

நெற்றியில் விபூதிக் கீற்றுடன் உட்கார்ந்திருந்த காவல்காரனிடம் விஷயத்தைச் சொல்லி, 'கொஞ்சம் டைம் கொடுங்க... என் வாட்ச்சைப் பக்கத்துல எங்கயாவது அடமானம் வெச்சுப் பணம் கட்டிடறேன்.'

கல்லா அரை மனத்துடன் சம்மதிக்க, கால் மணி நேரம் அலைந்து வாட்ச்சை ஒரு சேட்டிடம் கொடுத்து பணம் வாங்கி, ஓட்டல் வந்து பில் கொடுத்துவிட்டு, அதை அழைத்துக்கொண்டு மறுபடி போலீஸ் நிலையத்தை நோக்கி நடந்தான். சட்டென்று நின்றான்.

சரோ அக்கா முணுமுணுத்தாள். 'இன்னமும் ஒரு வண்டி இருக்கு அழுக்கு. உள்ள தேக்கற ப்ரஷ்ஷை வெச்சுண்டு தேச்சாத்தான் போகும்போல இருக்கு. எங்கருந்து இந்த ஜந்துவைப் பிடிச்சுண்டு வந்தியோ பாரு...'

'அட!'

துண்டு போர்த்தப்பட்டு தலை அலம்பப்பட்டு கச்சிதமாகப் பின்னால் முடியப்பட்டு அந்தப் பெண் வெளியே வந்தது.

'அம்மாதான் நல்லா கழுவி விட்டாங்க. சோப்பு வாசனை!'

'குளிப்பாட்டி விட்டாங்கன்னு சொல்லு!'

தலை இப்போது திரி திரியாக இல்லை. கருமையான வாசனையாகப் புதிய மலர்போல இருந்தது.

'ஆண்டாளோட சட்டை பொருத்தமாத்தான் இருந்தது. எத்தனை சட்டை! ஏதாவது ஒண்ணைக் கொடுத்து அனுப்பிச்சரலாம். இன்ஸ்பெக்டர் வருவானோல்லியோ?'- சரோ அக்கா அதன் தலையை வாரிப் பின்னி நெற்றியில் பொட்டிட்டாள்.

கிருஷ்ணமூர்த்தி டெலிபோனில் பேசிக்கொண்டிருந்தான்.

'மணவாளன்! நான் தீர்மானிச்சதை மாத்தறதா இல்லை. வேணும்னா கன்ஸல்டண்ட்டா ஒரு தனிப்பட்ட தொகைக்கு இந்த கான்ட்ராக்டை முடிச்சுக் கொடுத்துர்றேன். புதுசா கன்ஸல்டன்ஸி ஆரம்பிச்சிட்டேன். ஏ.கே.எம். ஆமா, 'ஆண்டாள் கல்யாணி

மூர்த்தி.' மறுபடி சுழற்றி, 'எம் பேரு மூர்த்தி! என் டாட்டருக்கு உங்க ஸ்கூல்ல அட்மிஷன் ஆகியிருக்கு! எப்ப வரலாம்? பணம் எல்லாம் கட்டிட்டோம்!'

சரோ அக்கா, 'என்னப்பா பண்ணப்போறே... என்ன விபரீதம்?'

'ஒண்ணுமில்லை அக்கா! இது இங்கதான் இருக்கப்போறது. வளர்க்கப்போறோம். இதை ஸ்கூல்ல சேர்த்து, படிக்க வெச்சு, பாடம் சொல்லிக்கொடுத்து...'

'கிருஷ்ணா, என்ன விபரீதம்...?'

'விபரீதமில்லை அக்கா! கடவுளோ யாரோ பார்த்து இதை எனக்கு அனுப்பி வெச்சிருக்கா...'

சரோ அந்தப் பெண்ணை விந்தையாகப் பார்த்து, 'கறுப்பா இருந்தாலும் லட்சணமாகத்தான் இருக்கு! உம்பேரு என்னடீ.'

'ஆண்டாள்' என்றான் மூர்த்தி!